PINAKAMAHUSAY NA MERYENDA SA ISANG COFFEE HOUSE

Pagandahin ang Iyong Karanasan sa Kape gamit ang 100 Masarap na Kagat

ESTHER CABALLERO

Copyright Material ©2023

Lahat ng Karapatan ay Nakalaan

Walang bahagi ng aklat na ito ang maaaring gamitin o ipadala sa anumang anyo o sa anumang paraan nang walang wastong nakasulat na pahintulot ng publisher at may-ari ng copyright, maliban sa mga maikling sipi na ginamit sa isang pagsusuri. Ang aklat na ito ay hindi dapat ituring na kapalit ng medikal, legal, o iba pang propesyonal na payo.

TALAAN NG MGA NILALAMAN

TALAAN NG NILALAMAN 3
PANIMULA 6
BAKLAVA 8
   1. Pistachio Baklava 9
   2. Oreo baklava 12
   3. Walang-Bake Ferrero Rocher Baklava 14
DANISH 16
   4. Mini Fruit Danishes 17
   5. Cappuccino Danishes 19
MGA CROISSANT 21
   6. Blueberry Lemon Croissant 22
   7. Chocolate chip croissant 24
   8. Banana eclair croissant 27
   9. Nutella at Banana Croissant 29
   10. S'mores Croissant 31
   11. Cinnamon Finger Bun Croissant 34
   12. Cinnamon Sugar Croissant 38
   13. Blueberry at Cream Cheese Croissant 40
   14. Raspberry Rose Lychee Croissant 42
   15. Blueberry Croissant 46
   16. Raspberry Croissant 48
SHORTBREAD COOKIES 50
   17. Almond shortbread cookies 51
   18. Brown sugar shortbread cookies 53
   19. Fruited shortbread cookies 55
   20. Lavender shortbread cookies 57
   21. Mocha shortbread cookies 59
   22. Peanut shortbread cookies 61
   23. Spiced shortbread cookies 63
   24. Pecan shortbread cookies 65
   25. Oregon hazelnut shortbread cookies 67
SCONES 69
   26. Cappuccino Scones 70
   27. Cinnamon coffee scones 73
   28. Matcha Green Tea Scones 75
   29. Earl Grey Tea Scones 78
   30. Birthday Cake Scones 81
   31. Funfetti Scones 84
   32. Hugis Puso na Sweetheart Scones 87
   33. Cadbury Creme Egg Scones 90
   34. Passion Fruit Scones 93

35. Coconut and Pineapple Scones 95
36. Pink Lemonade Scones 98
37. Pumpkin Cranberry Scones 100

CHOCOLATE CHIP COOKIES **102**
38. Pretzel at Caramel Cookies 103
39. Granola at Chocolate Cookies 105
40. Biscoff Chocolate Chip Cookies 107
41. Black Forest Cookies 109
42. Chocolate Truffle Cookies 112
43. Double Chocolate Sandwich 115
44. Chocolate Chip Cookies 117
45. No-Bake Matcha White Chocolate Cookies 119
46. Cadbury at Hazelnut Cookies 121
47. Cake mix cookies 123
48. German Cookies 125
49. Cherry Cookies 127
50. Speculoos 129
51. Cornflake Chocolate Chip Cookies 132
52. White Chocolate Cappuccino Cookies 134
53. Snickers Bar Stuffed Chocolate Chip Cookies 137

BROWNIES **139**
54. Banana Fudge Walnut Brownies 140
55. Bittersweet Fudge Brownies 142
56. Salted Caramel Fudgy Brownies 144
57. Chocolate Fudge Walnut Brownies 146
58. Raspberry Fudge Brownies 148
59. Espresso Fudge Brownies 150
60. Red Velvet Fudge Brownies 152

BAGEL SANDWICHES **155**
61. Avocado Bagel Sandwich 156
62. Pinausukang turkey bagel sandwich 158
63. Almusal Bagel na may maanghang na microgreens 160
64. Quick Bagel Omelet Sandwich 162
65. Pinausukang salmon mini-bagel bar 164
66. Black Forest Bagel 166
67. Bagel na pinahiran ng hipon 168
68. Puffy crab meat at itlog sa bagel 170
69. Avocado at Bacon Bagel 172

MGA HALONG NUT AT BINHI **174**
70. Furikake Chex Mix 175
71. Pink Lemon ade Chex Mix 177
72. Barbecue munch mix 179
73. Red Velvet Party Mix 181

- 74. Asian Fusion Party Mix 183
- 75. Chex muddy buddy 185
- 76. Red Velvet Puppy Chow 187
- 77. Spicy BBQ Party Mix 189

MGA DONUTS 191
- 78. Tiramisu Donuts 192
- 79. Mini Ricotta Donuts na Nilagyan ng Nutella 196
- 80. Cheddar at Jalapeño Cheese Donuts 198
- 81. Apple Cider Paleo Donuts 200
- 82. Chocolate Cake Donuts 202
- 83. Passionfruit Curd Donuts 204
- 84. Blueberry Cake Donuts 209
- 85. Lutong Oreo Donuts 211

CINNAMON ROLLS 214
- 86. Pink Lemonade Cinnamon rolls 215
- 87. Chocolate Oreo Cinnamon Rolls 217
- 88. Red Velvet Cinnamon Rolls 220
- 89. Patatas na cinnamon roll 223
- 90. Whipped cream pecan cinnamon rolls 226
- 91. Apple sauce cinnamon rolls 228
- 92. Orange cinnamon rolls 231

EMPANADAS 233
- 93. BBQ Chicken Empanada 234
- 94. Turkey Empanadas 236
- 95. Pork Sausage Empanada 238
- 96. Tuna Empanada 241
- 97. Galician Codfish Empanada 244
- 98. Hipon Empanada 247
- 99. Grape and Beef Empanada 251
- 100. Hazelnut at Banana Empanada 254

KONKLUSYON 256

PANIMULA

Sa gitna ng culinary exploration, kung saan sumasayaw ang mga lasa at mga aroma, malugod namin kayong tinatanggap na magsimula sa isang pambihirang paglalakbay sa pamamagitan ng "Pinakamahusay na meryenda sa isang coffee house". Sa loob ng mga page na ito ay mayroong isang treasure trove ng 100 meticulously crafted bites, bawat isa ay idinisenyo upang lampasan ang karaniwan at itaas ang iyong karanasan sa kape sa bagong taas. Samahan kami sa pag-aaral namin sa sining ng pagpapares, kung saan nagiging sensory symphony ang maayos na pagsasanib ng masagana, bagong timplang kape at masasarap na kagat.

Isipin ang pagtapak sa iyong paboritong coffeehouse, isang kanlungan kung saan ang hangin ay nilalagyan ng mapang-akit na pabango ng mga premium na butil ng kape. Ngayon, isipin ang karanasang ito hindi lamang bilang isang pagdiriwang ng mga pambihirang brews kundi bilang isang gastronomic adventure. Ang "Pinakamahusay na meryenda sa isang coffee house" ay isang ode sa mga sandaling iyon kung kailan ang unang higop ng kape ay nakakatugon sa perpektong kagat, na lumilikha ng isang culinary dialogue na nagpapataas sa kasiyahan ng bawat indulhensiya.

Nahanap mo man ang iyong sarili na naghahanap ng aliw sa isang tahimik na sulok, nagho-host ng isang masigasig na pagtitipon ng brunch, o nasiyahan sa isang nakakaaliw na coffee break sa hapon, ang mga maingat na na-curate na mga kagat na ito ay nakahanda upang gawing isang culinary spectacle ang iyong ritwal. Mula sa mga matatamis na delicacy na nakakaakit sa iyong panlasa hanggang sa mga masasarap na pagkain na nakakabighani sa iyong panlasa, ang koleksyon na ito ay sumasaklaw sa buong spectrum ng lasa, na tinitiyak ang isang kasiya-siyang sorpresa sa bawat pagliko ng pahina.

Habang inilulubog mo ang iyong sarili sa culinary odyssey na ito, iniimbitahan ka naming tanggapin ang paniwala na ang kape ay hindi lamang isang inumin—ito ay isang karanasan. At kapag ipinares sa perpektong kagat, ito ay nagiging isang paglalakbay ng pagtuklas, isang paggalugad ng lasa, pagkakayari, at ang lubos na kagalakan na nagmula sa pagtikim ng masasarap na sandali ng buhay. Kaya, kunin ang iyong paboritong mug, maghanda upang maging inspirasyon, at simulan natin ang pambihirang paglalakbay na ito sa pamamagitan ng "Pinakamahusay na meryenda sa isang coffee house".

Mga Pastries at Baked Goods .

BAKLAVA

1. Pistachio Baklava

MGA INGREDIENTS:
- 3½ tasa ng asukal
- 2½ tasa ng tubig
- 2 kutsarang pulot
- 2 kutsarita ng lemon juice
- 1 stick ng kanela
- 3 buong clove
- ½ pound Walnuts, pino-pino na giling
- ½ kalahating kilong almendras, giniling na pino
- ½ pound pistachios, pinong giling
- 2 kutsarita ng giniling na kanela
- ½ kutsarita cloves
- 1½ libra Phyllo pastry
- 4 sticks unsalted butter, natunaw

MGA TAGUBILIN:

a) Sa isang kasirola, pagsamahin;
b) 3 tasa ng asukal na may tubig, pulot, lemon juice, cinnamon stick, at cloves at hayaan itong lumamig.
c) Sa isang malaking mangkok, pagsamahin ang mga mani, natitirang ½ tasa ng asukal, giniling na kanela, at giniling na mga clove. Itabi.
d) I-unroll ang phyllo dough sa isang patag na ibabaw at panatilihing natatakpan ng wax paper o isang basang tuwalya.
e) Alisin ang 8 sheet at ilagay ang mga ito sa refrigerator.
f) Gamit ang pastry brush, magsipilyo ng 15½x11 ½ x 3 baking pan na may tinunaw na mantikilya,
g) Gumamit ng 8 sheet para sa ilalim at iwisik ang pinaghalong mani.
h) Layer 3 higit pang mga sheet at iwiwisik muli ang pinaghalong. Magpatuloy hanggang magamit ang lahat ng phyllo.
i) Nangungunang may 8 sheet.
j) Painitin ang hurno sa 300 degrees F.
k) Gamit ang isang mahaba at napakatalim na kutsilyo, gupitin ang baklava sa maliliit na diamante.
l) Una, gumawa ng 1 pantay na distansya na pahaba na hiwa.
m) Gupitin nang diretso sa isang linya at gupitin nang pahilis sa mga pahaba na hiwa.
n) Init ang natitirang mantikilya at ibuhos ito sa tuktok ng baklava,
o) Maghurno ng 1¼ oras.
p) Alisin at sandok ang pinalamig na syrup sa buong pastry sa kawali.
q) Ihain sa mga pandekorasyon na tasa.

2.Oreo baklava

MGA INGREDIENTS:
- 2 pakete ng pinalamig na filo pastry
- 150 g ng mga walnut
- 150 g Oreos
- 1 kutsarang cinnamon powder
- 250 g ng mantikilya
- 200 ML ng tubig
- 400 g ng butil na asukal
- 1 kutsarang lemon juice

MGA TAGUBILIN:

a) Painitin muna ang oven sa 180 °C mainit na hangin at lagyan ng grasa ang baking dish.

b) Ilagay ang mga nilalaman ng unang pakete ng phyllo dough sa baking dish.

c) Gilingin ang mga walnut kasama ang Oreo at cinnamon powder sa isang food processor at ikalat ang halo sa mga hiwa ng filo pastry na kakalagay mo lang sa oven dish.

d) Ilagay ang mga nilalaman ng isa pang pakete ng filo pastry sa ibabaw ng nut Oreo mix at gupitin sa filo pastry sa ilalim ng baking dish.

e) Matunaw ang mantikilya at ibuhos ang mantikilya sa buong nilalaman ng oven dish at maghurno ng baklava sa gitna ng oven sa loob ng 30-35 minuto hanggang sa ginintuang kayumanggi at tapos na.

f) Samantala, gawin ang syrup. Ilagay ang tubig, asukal, at lemon juice sa isang kasirola at pakuluan. Hayaang bula nang mabuti hanggang matunaw ang lahat ng asukal.

g) Ibuhos ang sugar syrup sa baklava sa sandaling lumabas ito sa oven at hayaan itong ganap na lumamig bago ihain.

3.Walang-Bake Ferrero Rocher Baklava

MGA INGREDIENTS:
- 1 tasang dinurog na tsokolate ng Ferrero Rocher
- 1 tasa ng makinis na tinadtad na mga walnut
- 1 tasa ng pinong tinadtad na pistachios
- 1 tasang pulot
- ½ tasang unsalted butter, natunaw
- ½ kutsarita ng giniling na kanela
- ¼ kutsarita ng giniling na mga clove
- 16 na sheet ng phyllo dough, lasaw

MGA TAGUBILIN:
a) Sa isang mangkok, paghaluin ang dinurog na Ferrero Rocher na mga tsokolate, tinadtad na mga walnut, tinadtad na pistachio, giniling na kanela, at giniling na mga clove. Itabi.

b) I-brush ang isang 9x13-inch baking dish na may tinunaw na mantikilya.

c) Maglagay ng isang sheet ng phyllo dough sa baking dish at i-brush ito ng tinunaw na mantikilya. Ulitin ang prosesong ito gamit ang 7 higit pang mga sheet ng phyllo dough, brushing bawat layer na may tinunaw na mantikilya.

d) Iwiwisik ang kalahati ng Ferrero Rocher at pinaghalong nut nang pantay-pantay sa ibabaw ng phyllo dough.

e) Magpatong ng 4 pang sheet ng phyllo dough, i-brush ang bawat sheet ng tinunaw na mantikilya.

f) Iwiwisik ang natitirang Ferrero Rocher at pinaghalong nut sa ibabaw ng phyllo dough.

g) Ilagay ang natitirang 4 na sheet ng phyllo dough sa itaas, i-brush ang bawat sheet ng tinunaw na mantikilya.

h) Gamit ang isang matalim na kutsilyo, maingat na gupitin ang baklava sa mga piraso ng brilyante o parisukat.

i) Ibuhos ang pulot nang pantay-pantay sa ibabaw ng baklava.

j) Hayaang umupo ang baklava sa temperatura ng silid nang hindi bababa sa 4 na oras o magdamag upang pahintulutan ang phyllo dough na sumipsip ng pulot at maging malambot.

k) Ihain ang Ferrero Rocher Baklava sa room temperature at tamasahin ang matamis at nutty flavors!

DANISHES

4. Mini Fruit Danishes

MGA INGREDIENTS:
- 1 sheet puff pastry, lasaw
- ½ tasa ng cream cheese, pinalambot
- 2 kutsarang butil na asukal
- ½ kutsarita vanilla extract
- Sari-saring sariwang prutas (tulad ng mga berry, hiniwang peach, o mga aprikot)
- 1 itlog, pinalo (para sa paghugas ng itlog)
- Powdered sugar para sa pag-aalis ng alikabok (opsyonal)

MGA TAGUBILIN:
a) Painitin muna ang oven sa 400°F (200°C).
b) I-roll out ang natunaw na puff pastry sheet at gupitin ito sa maliliit na parisukat o bilog, humigit-kumulang 3 pulgada ang lapad.
c) Ilagay ang mga pastry square o bilog sa isang baking sheet na nilagyan ng parchment paper.
d) Sa isang mangkok, paghaluin ang pinalambot na cream cheese, granulated sugar, at vanilla extract hanggang makinis.
e) Ikalat ang isang kutsarang puno ng cream cheese mixture sa bawat pastry square o bilog, na nag-iiwan ng maliit na hangganan sa paligid ng mga gilid.
f) Ayusin ang mga sariwang prutas sa ibabaw ng cream cheese, na lumilikha ng makulay at nakakaakit na display.
g) I-brush ang mga gilid ng mga pastry gamit ang pinalo na egg wash.
h) Maghurno sa preheated oven sa loob ng 15-18 minuto, o hanggang ang pastry ay maging golden brown at puffed.
i) Alisin mula sa oven at hayaang lumamig nang bahagya.
j) Alikabok ng may pulbos na asukal kung ninanais.
k) Ihain ang mga mini fruit Danishes na ito bilang isang masarap at fruity pastry treat.

5. Cappuccino Danishes

MGA INGREDIENTS:
- 1 sheet ng puff pastry (natunaw)
- ¼ tasa ng cream cheese
- 2 kutsarang instant coffee granules
- 2 kutsarang asukal sa pulbos
- ¼ tasa tinadtad na mga walnut (opsyonal)
- ¼ tasa ng chocolate chips
- 1 itlog (para sa paghugas ng itlog)

MGA TAGUBILIN:

a) Painitin muna ang iyong oven sa 375°F (190°C) at lagyan ng parchment paper ang isang baking sheet.

b) Igulong ang puff pastry at gupitin ito ng mga parisukat o parihaba.

c) Sa isang maliit na mangkok, paghaluin ang cream cheese, instant coffee granules, at powdered sugar hanggang sa maayos na pagsamahin.

d) Ikalat ang isang kutsarang puno ng coffee-cream cheese mixture sa bawat piraso ng puff pastry.

e) Budburan ang mga tinadtad na walnuts (kung gumagamit) at chocolate chips sa itaas.

f) I-brush ang mga gilid ng pastry na may pinalo na itlog.

g) Maghurno ng mga 15-20 minuto o hanggang sa maging golden brown ang mga pastry.

h) Hayaang lumamig nang bahagya bago ihain ang iyong cappuccino Danishes.

MGA CROISSANT

6.Blueberry Lemon Croissant

MGA INGREDIENTS:
- Pangunahing croissant dough
- ½ tasa ng blueberries
- 2 kutsarang butil na asukal
- 1 kutsarang gawgaw
- 1 kutsarang lemon zest
- 1 itlog na pinalo ng 1 kutsarang tubig

MGA TAGUBILIN:

a) Igulong ang croissant dough sa isang malaking parihaba.

b) Sa isang maliit na mangkok, paghaluin ang mga blueberry, asukal, gawgaw, at lemon zest.

c) Ikalat ang pinaghalong blueberry nang pantay-pantay sa ibabaw ng kuwarta.

d) Gupitin ang kuwarta sa mga tatsulok.

e) Igulong ang bawat tatsulok pataas sa hugis na croissant.

f) Ilagay ang mga croissant sa isang may linyang baking sheet, lagyan ng egg wash, at hayaang tumaas ng 1 oras.

g) Painitin muna ang oven sa 400°F (200°C) at i-bake ang mga croissant sa loob ng 20-25 minuto hanggang maging golden brown.

7. Chocolate chip croissant

MGA INGREDIENTS:
- 1½ tasa Mantikilya o margarin, pinalambot
- ¼ tasang all-purpose Flour
- ¾ tasa ng Gatas
- 2 kutsarang Asukal
- 1 kutsarita ng Asin
- ½ tasa Napakainit na tubig
- 2 pack ng Active dry yeast
- 3 tasang Flour, hindi tinatag
- 12 ounces Chocolate chips
- 1 pula ng itlog
- 1 kutsarang Gatas

MGA TAGUBILIN:

a) Gamit ang isang kutsara, talunin ang mantikilya, at ¼ tasa ng harina hanggang makinis. Ikalat sa waxed paper sa isang parihaba 12x6. Palamigin. Init ang ¾ tasa ng gatas; haluin ang 2 kutsarang asukal, asin para matunaw.

b) Palamig hanggang maligamgam. Budburan ng tubig na may lebadura; haluin para matunaw. Gamit ang isang kutsara, talunin ang pinaghalong gatas at 3 tasa ng harina hanggang sa makinis.

c) I-on ang lightly floured pastry cloth; masahin hanggang makinis. Hayaang tumaas, natatakpan, sa isang mainit na lugar, walang mga draft, hanggang sa doble -- mga 1 oras. Palamigin ng ½ oras.

d) Sa lightly floured pastry cloth, gumulong sa 14x14 rectangle.

e) Ilagay ang pinaghalong mantikilya sa kalahati ng kuwarta; tanggalin ang papel. Tiklupin ang iba pang kalahati sa mantikilya; kurutin ang mga gilid upang mai-seal. Gamit ang fold sa kanan, gumulong mula sa gitna hanggang 20x8.

f) Mula sa maikling bahagi, tiklupin ang kuwarta sa ikatlo, na gumagawa ng 3 layer; mga gilid ng selyo; palamigin ng 1 oras na nakabalot sa foil. Sa fold sa kaliwa, gumulong sa 20x8; tiklop; palamigin ng ½ oras. Ulitin.

g) Chill magdamag. Sa susunod na araw, gumulong; tiklop ng dalawang beses; palamig ½ oras sa pagitan. Pagkatapos ay palamigin ng 1 oras.

h) Upang hubugin: gupitin ang kuwarta sa 4 na bahagi. Sa lightly floured pastry cloth, igulong ang bawat isa sa 12-pulgadang bilog. Gupitin ang bawat bilog sa 6 na wedges.

i) Budburan ang mga wedge ng chocolate chips -- mag-ingat na mag-iwan ng ½-inch na margin sa buong paligid at huwag mag-overstuff sa mga chips. Roll up simula sa malawak na dulo. Form into a crescent. Ilagay ang point side pababa, 2" ang pagitan sa brown na papel sa isang cookie sheet.

j) Takpan; hayaang tumaas sa isang mainit na lugar, walang mga draft hanggang doble, 1 oras.

k) Painitin ang oven sa 425. brush na may pinalo na pula ng itlog at ihalo sa 1 kutsarang gatas. Maghurno ng 5 minuto, pagkatapos ay bawasan ang oven sa 375; maghurno ng 10 minuto pa o hanggang sa puffed at browned ang mga croissant.

l) Palamigin sa isang rack sa loob ng 10 minuto.

8.Mga croissant ng banana eclair

MGA INGREDIENTS:
- 4 Mga frozen na croissant
- 2 parisukat ng semi-matamis na tsokolate
- 1 kutsarang Mantikilya
- ¼ tasa ng asukal sa sifted confectioners
- 1 kutsarita ng mainit na tubig; hanggang 2
- 1 tasang vanilla pudding
- 2 medium na saging; hiniwa

MGA TAGUBILIN:

11. Gupitin ang mga frozen na croissant sa kalahating pahaba; sabay alis. Painitin ang frozen croissant sa isang ungreased baking sheet sa preheated 325°F. oven 9-11 minuto.

12. Matunaw ang tsokolate at mantikilya nang magkasama. Paghaluin ang asukal at tubig upang makagawa ng isang nakakalat na glaze.

13. Ikalat ang ¼ cup pudding sa ilalim na kalahati ng bawat croissant. Ibabaw na may hiniwang saging.

14. Palitan ang mga croissant top; ambon sa chocolate glaze.

15. maglingkod.

9.Nutella at Banana Croissant

MGA INGREDIENTS:
- 1 sheet ng puff pastry, lasaw
- ¼ tasa ng Nutella
- 1 saging, hiniwa ng manipis
- 1 itlog, pinalo
- Powdered sugar, para sa pag-aalis ng alikabok

MGA TAGUBILIN:
a) Painitin muna ang iyong oven sa 400°F (200°C).
b) Sa ibabaw ng bahagyang floured, igulong ang puff pastry sheet sa isang 12-inch square.
c) Gupitin ang parisukat sa 4 na mas maliit na mga parisukat.
d) Ikalat ang isang kutsara ng Nutella sa bawat parisukat, na nag-iiwan ng maliit na hangganan sa paligid ng mga gilid.
e) Maglagay ng ilang hiwa ng saging sa ibabaw ng Nutella.
f) I-roll up ang bawat parisukat mula sa isang sulok hanggang sa kabilang sulok, na bumubuo ng croissant na hugis.
g) Ilagay ang mga croissant sa isang baking sheet na nilagyan ng parchment paper.
h) I-brush ang croissant gamit ang pinalo na itlog.
i) Maghurno ng 15-20 minuto, hanggang sa ang mga croissant ay maging golden brown at puffed up.
j) Alikabok ng may pulbos na asukal bago ihain.

10. S'mores Croissant

MGA INGREDIENTS:
- 1 sheet ng puff pastry, lasaw
- ¼ tasa ng Nutella
- ¼ tasa ng mini marshmallow
- ¼ tasa ng graham cracker crumbs
- 1 itlog, pinalo
- Powdered sugar, para sa pag-aalis ng alikabok

MGA TAGUBILIN:

a) Painitin muna ang oven sa temperaturang nakasaad sa puff pastry package. Karaniwan, ito ay nasa paligid ng 375°F (190°C).

b) Sa ibabaw ng bahagyang floured, ibuka ang lasaw na puff pastry sheet at igulong ito nang bahagya sa pantay na kapal.

c) Gamit ang kutsilyo o pizza cutter, gupitin ang puff pastry sa mga tatsulok. Dapat kang makakuha ng humigit-kumulang 6-8 na tatsulok, depende sa laki na gusto mo.

d) Ikalat ang isang manipis na layer ng Nutella sa bawat tatsulok ng puff pastry, na nag-iiwan ng maliit na hangganan sa paligid ng mga gilid.

e) Iwiwisik ang mga mumo ng graham cracker sa ibabaw ng layer ng Nutella sa bawat tatsulok.

f) Maglagay ng ilang mini marshmallow sa ibabaw ng graham cracker crumbs, pantay-pantay na ipamahagi ang mga ito sa tatsulok.

g) Simula sa mas malawak na dulo ng bawat tatsulok, maingat na igulong ang pastry patungo sa matulis na dulo, na bumubuo ng hugis na croissant. Siguraduhing i-seal ang mga gilid upang maiwasang tumulo ang laman.

h) Ilagay ang mga inihandang croissant sa isang baking sheet na nilagyan ng parchment paper, na nag-iiwan ng ilang espasyo sa pagitan ng mga ito upang lumawak habang nagluluto.

i) I-brush ang tuktok ng bawat croissant ng pinalo na itlog, na magbibigay sa kanila ng magandang gintong kulay kapag inihurnong.

j) Ihurno ang S'mores Croissants sa preheated oven sa loob ng mga 15-18 minuto o hanggang sila ay maging golden brown at puffed up.

k) Kapag naluto na, alisin ang mga croissant sa oven at hayaang lumamig nang bahagya sa wire rack.

l) Bago ihain, lagyan ng pulbos na asukal ang S'mores Croissant, magdagdag ng tamis at kaakit-akit na pagtatapos.

m) I-enjoy ang iyong masarap na lutong bahay na S'mores Croissant bilang masarap na pagkain para sa almusal, dessert, o anumang oras na gusto mo ng masarap na kumbinasyon ng Nutella, marshmallow, at graham crackers.

11. Cinnamon Finger Bun Croissant

MGA INGREDIENTS:
CROISSANT DOUGH:
- 500 gramo ng all-purpose na harina
- 60 gramo ng butil na asukal
- 10 gramo ng asin
- 7 gramo ng aktibong dry yeast
- 250 ML ng mainit na gatas
- 250 gramo ng unsalted butter, pinalamig at gupitin sa manipis na hiwa

PAGPUPUNO:
- 100 gramo ng unsalted butter, pinalambot
- 80 gramo ng brown sugar
- 2 kutsarita ng giniling na kanela

ICING:
- 150 gramo ng asukal sa pulbos
- 2 kutsarang gatas
- 1/2 kutsarita vanilla extract

MGA TAGUBILIN:
IHANDA ANG CROISSANT DOUGH:
a) Sa isang malaking mixing bowl, haluin ang all-purpose flour, granulated sugar, asin, at active dry yeast.
b) Dahan-dahang idagdag ang mainit na gatas sa mga tuyong sangkap at ihalo hanggang sa mabuo ang masa.
c) Knead ang kuwarta sa isang floured surface para sa mga 5-7 minuto hanggang makinis at elastic.
d) Hugis bola ang kuwarta, takpan ito ng plastic wrap, at hayaang magpahinga ng 15 minuto.
e) Pagulungin ang kuwarta sa isang parihaba na halos 1/4 pulgada ang kapal.
f) Ilagay ang pinalamig na mga hiwa ng unsalted butter sa dalawang-katlo ng kuwarta, na iniiwan ang pangatlo na walang mantikilya.
g) I-fold ang unbuttered third sa gitnang third, at pagkatapos ay tiklop ang buttered third sa ibabaw nito. Ito ay tinatawag na "letter fold."
h) I-rotate ang kuwarta 90 degrees at igulong muli ito sa isang parihaba. Magsagawa ng isa pang letter fold.
i) I-wrap ang kuwarta sa plastic wrap at palamigin ng 30 minuto.
j) Ulitin ang proseso ng rolling at folding nang dalawang beses, pinalamig ang kuwarta sa loob ng 30 minuto sa pagitan ng bawat fold.
k) Pagkatapos ng huling tiklop, palamigin ang kuwarta nang hindi bababa sa 2 oras o mas mabuti sa magdamag.
Ihanda ang pagpupuno:
l) Sa isang maliit na mangkok, paghaluin ang pinalambot na unsalted butter, brown sugar, at giniling na kanela hanggang sa maayos na pagsamahin. Itabi.
m) Hugis ang mga Croissant:
n) Sa ibabaw ng bahagyang floured, igulong ang croissant dough sa isang malaking parihaba na humigit-kumulang 1/4 pulgada ang kapal.
o) Ikalat ang inihandang pagpuno nang pantay-pantay sa buong ibabaw ng kuwarta.

p) Simula sa isang mahabang dulo, maingat na igulong ang kuwarta sa isang masikip na log.
q) Gamit ang isang matalim na kutsilyo, gupitin ang log sa pantay na laki, mga 1 pulgada ang lapad bawat isa.
r) Ilagay ang mga piraso sa isang baking sheet na nilagyan ng parchment paper, na nag-iiwan ng sapat na espasyo sa pagitan ng mga ito para sa pagpapalawak.
s) Takpan ang mga croissant ng isang malinis na tuwalya sa kusina at hayaang tumaas ang mga ito sa temperatura ng kuwarto sa loob ng 1 hanggang 2 oras, o hanggang dumoble ang laki.

MAGBAKE NG CROISSANTS:
t) Painitin muna ang iyong oven sa 375°F (190°C).
u) Ihurno ang mga croissant sa preheated oven sa loob ng 15 hanggang 20 minuto, o hanggang maging golden brown ang mga ito.
v) Ihanda ang Icing:
w) Sa isang maliit na mangkok, paghaluin ang powdered sugar, gatas, at vanilla extract hanggang sa makakuha ka ng makinis na icing.
x) Ice the Croissants:
y) Kapag medyo lumamig na ang mga croissant, ibuhos ang icing sa ibabaw ng bawat croissant.
z) Ihain at Tangkilikin:
aa) Handa nang ihain ang iyong finger bun croissant! Pinakamainam na tangkilikin ang mga ito nang sariwa, ngunit maaari kang mag-imbak ng anumang natira sa isang lalagyan ng airtight sa temperatura ng silid nang hanggang 2 araw.
bb) Tangkilikin ang iyong kasiya-siyang lutong bahay na finger bun croissant! Pinagsasama nila ang kabutihan ng mga croissant sa matamis at lasa ng cinnamon na palaman, na ginagawa itong perpektong pagkain para sa almusal o anumang oras ng araw.

12. Cinnamon Sugar Croissant

MGA INGREDIENTS:
- Pangunahing croissant dough
- ¼ tasa ng butil na asukal
- 1 kutsarang giniling na kanela
- ½ tasang unsalted butter, natunaw

MGA TAGUBILIN:

a) Igulong ang croissant dough sa isang malaking parihaba.

b) Gupitin ang kuwarta sa mga tatsulok.

c) Sa isang maliit na mangkok ng paghahalo, pagsamahin ang asukal at kanela.

d) I-brush ang bawat croissant ng tinunaw na mantikilya at budburan ng cinnamon sugar.

e) Pagulungin ang bawat tatsulok pataas, simula sa malawak na dulo, at hubugin ito sa isang gasuklay.

f) Ilagay ang mga croissant sa isang may linya na baking sheet, at hayaang tumaas ng 1 oras.

g) Painitin muna ang oven sa 400°F (200°C) at i-bake ang mga croissant sa loob ng 20-25 minuto hanggang maging golden brown.

13. Blueberry at Cream Cheese Croissant

MGA INGREDIENTS:
- Pangunahing croissant dough
- 4 ounces cream cheese, pinalambot
- ¼ tasa na pinapanatili ng blueberry
- 1 itlog na pinalo ng 1 kutsarang tubig
- Powdered sugar para sa pag-aalis ng alikabok

MGA TAGUBILIN:
a) Igulong ang croissant dough sa isang malaking parihaba.
b) Gupitin ang kuwarta sa mga tatsulok.
c) Sa isang mixing bowl, pagsamahin ang cream cheese at blueberry preserves.
d) Ikalat ang pinaghalong cream cheese sa ilalim na kalahati ng bawat croissant.
e) Palitan ang itaas na kalahati ng croissant at pindutin nang dahan-dahan.
f) Ilagay ang mga croissant sa isang may linyang baking sheet, lagyan ng egg wash, at hayaang tumaas ng 1 oras.
g) Painitin muna ang oven sa 400°F (200°C) at i-bake ang mga croissant sa loob ng 20-25 minuto hanggang maging golden brown.
h) Alikabok ng may pulbos na asukal bago ihain.

14.Raspberry Rose Lychee Croissant

MGA INGREDIENTS:
CROISSANT DOUGH:
- 500 gramo ng all-purpose na harina
- 50 gramo ng butil na asukal
- 7 gramo ng aktibong dry yeast
- 250 ML ng mainit na gatas
- 100 gramo ng unsalted butter, pinalambot
- 1 kutsarita ng asin
- Butter Block:
- 250 gramo ng unsalted butter, pinalamig at gupitin sa manipis na hiwa

PAGPUPUNO:
- 1 tasang sariwang raspberry
- 1 tasa ng de-latang lychee, pinatuyo at tinadtad
- 2 kutsarang rosas na tubig
- 2 kutsarang butil na asukal

GLAZE:
- 1/2 tasa ng asukal sa pulbos
- 1 kutsarang rosas na tubig
- Mga sariwang talulot ng rosas (opsyonal, para sa dekorasyon)

MGA TAGUBILIN:
IHANDA ANG CROISSANT DOUGH:
a) Sa isang malaking mixing bowl, haluin ang all-purpose flour, granulated sugar, at active dry yeast.
b) Dahan-dahang idagdag ang mainit na gatas sa mga tuyong sangkap at ihalo hanggang sa mabuo ang masa.
c) Knead ang kuwarta sa isang floured surface para sa mga 5-7 minuto hanggang makinis at elastic.
d) Hugis bola ang kuwarta, takpan ito ng plastic wrap, at hayaang magpahinga ng 15 minuto.

Isama ang BUTTER BLOCK:
e) Sa ibabaw ng floured, igulong ang pinalambot na unsalted butter sa isang 6x10-inch na parihaba.
f) Ilagay ang bloke ng mantikilya sa dalawang-katlo ng kuwarta, na iniiwan ang pangatlo na walang mantikilya.
g) I-fold ang unbuttered third sa gitnang third, at pagkatapos ay tiklop ang buttered third sa ibabaw nito. Ito ay tinatawag na "letter fold."
h) I-rotate ang kuwarta 90 degrees at igulong muli ito sa isang parihaba. Magsagawa ng isa pang letter fold.
i) I-wrap ang kuwarta sa plastic wrap at palamigin ng 30 minuto.
j) Ulitin ang proseso ng rolling at folding nang dalawang beses, pinalamig ang kuwarta sa loob ng 30 minuto sa pagitan ng bawat fold.
k) Pagkatapos ng huling tiklop, palamigin ang kuwarta nang hindi bababa sa 2 oras o mas mabuti sa magdamag.

Ihanda ang pagpupuno:
l) Sa isang mangkok, dahan-dahang paghaluin ang mga sariwang raspberry, tinadtad na lychee, rosas na tubig, at butil na asukal. Itabi ang pagpuno.

HUMUHA NG MGA CROISSANT:
m) Sa ibabaw ng bahagyang floured, igulong ang croissant dough sa isang malaking parihaba na humigit-kumulang 1/4 pulgada ang kapal.
n) Gupitin ang kuwarta sa mga tatsulok sa pamamagitan ng paggawa ng mga diagonal na hiwa na humigit-kumulang 4-5 pulgada ang lapad sa base ng rektanggulo.

o) Maglagay ng isang kutsarang puno ng raspberry rose lychee filling sa base ng bawat tatsulok.
p) Simula sa base, dahan-dahang igulong ang bawat tatsulok patungo sa dulo upang bumuo ng mga croissant.
q) Ilagay ang mga croissant sa isang baking sheet na nilagyan ng parchment paper, na nag-iiwan ng sapat na espasyo sa pagitan ng mga ito para sa pagpapalawak.
r) Takpan ang mga croissant ng isang malinis na tuwalya sa kusina at hayaang tumaas ang mga ito sa temperatura ng kuwarto sa loob ng 1 hanggang 2 oras, o hanggang dumoble ang laki.

PREHEAT AT GLAZE:
s) Painitin muna ang iyong oven sa 375°F (190°C).
t) Sa isang maliit na mangkok, paghaluin ang powdered sugar at rose water para maging glaze.

MAGBAKE NG RASPBERRY ROSE LYCHEE CROISSANTS:
u) I-brush ang mga bumangon na croissant gamit ang glaze, magreserba ng ilang glaze para sa ibang pagkakataon.
v) Ihurno ang mga croissant sa preheated oven sa loob ng 15 hanggang 20 minuto, o hanggang maging golden brown ang mga ito.

GLAZE MULI AT GARNISH:
w) Alisin ang mga croissant mula sa oven at i-brush ang mga ito gamit ang natitirang glaze.
x) Kung ninanais, palamutihan ang mga croissant ng mga sariwang petals ng rosas para sa dagdag na katangian ng kagandahan.

15. Mga Blueberry Croissant

MGA INGREDIENTS:
- Pangunahing croissant dough
- 1 tasang sariwang blueberries
- ¼ tasa ng butil na asukal
- 1 kutsarang gawgaw
- 1 itlog na pinalo ng 1 kutsarang tubig

MGA TAGUBILIN:
a) Igulong ang croissant dough sa isang malaking parihaba.
b) Sa isang maliit na mangkok, paghaluin ang mga blueberries, asukal, at gawgaw.
c) Ikalat ang pinaghalong blueberry nang pantay-pantay sa ibabaw ng kuwarta.
d) Gupitin ang kuwarta sa mga tatsulok.
e) Igulong ang bawat tatsulok pataas sa hugis na croissant.
f) Ilagay ang mga croissant sa isang may linyang baking sheet, lagyan ng egg wash, at hayaang tumaas ng 1 oras.
g) Painitin muna ang oven sa 400°F (200°C) at i-bake ang mga croissant sa loob ng 20-25 minuto hanggang maging golden brown.

16.Mga Croissant ng Raspberry

MGA INGREDIENTS:
- Pangunahing croissant dough
- 1 tasang sariwang raspberry
- ¼ tasa ng butil na asukal
- 1 itlog na pinalo ng 1 kutsarang tubig

MGA TAGUBILIN:
a) Igulong ang croissant dough sa isang malaking parihaba.
b) Gupitin ang kuwarta sa mga tatsulok.
c) Maglagay ng mga sariwang raspberry sa bawat croissant.
d) Pagwiwisik ng butil na asukal sa ibabaw ng mga raspberry.
e) Pagulungin ang bawat tatsulok pataas, simula sa malawak na dulo, at hubugin ito sa isang gasuklay.
f) Ilagay ang mga croissant sa isang may linya na baking sheet, at hayaang tumaas ng 1 oras.
g) Painitin muna ang oven sa 400°F (200°C) at i-bake ang mga croissant sa loob ng 20-25 minuto hanggang maging golden brown.

SHORTBREAD COOKIES

17. Almond shortbread cookies

MGA INGREDIENTS:
- 1 tasang Flour, all-purpose
- ½ tasa ng gawgaw
- ½ tasa ng Asukal, pulbos
- 1 tasang Almond, pinong tinadtad
- ¾ tasa ng mantikilya; lumambot

MGA TAGUBILIN:

a) Pagsamahin ang harina, gawgaw, at asukal sa pulbos; haluin ang mga almendras. Magdagdag ng mantikilya; haluin gamit ang isang kahoy na kutsara hanggang sa mabuo ang malambot na masa.

b) Hugis ang kuwarta sa maliliit na bola. Ilagay sa ungreased cookie sheet; patagin ang bawat bola gamit ang lightly floured fork. Maghurno sa 300 degrees sa loob ng 20 hanggang 25 minuto o hanggang sa bahagyang browned ang mga gilid.

c) Palamigin bago itabi.

18. Brown sugar shortbread cookies

MGA INGREDIENTS:
- 1 tasa unsalted butter; temperatura ng silid
- 1 tasa Naka-pack na light brown na asukal
- 2 tasang All-purpose na harina
- ¼ kutsarita ng Asin
- 1 kutsarang Asukal
- 1 kutsarita Ground cinnamon

MGA TAGUBILIN:

a) Painitin ang hurno sa 325 degrees. Banayad na mantikilya 9" springform pan. Gamit ang electric mixer, talunin ang 1 tasang mantikilya sa mas malaking mangkok hanggang sa magaan at malambot.

b) Magdagdag ng brown sugar at talunin ng mabuti. Gamit ang rubber spatula, ihalo sa harina at asin (huwag i-overmix). Pindutin ang kuwarta sa inihandang kawali. Pagsamahin ang asukal at kanela sa maliit na mangkok. Budburan ng cinnamon sugar ang masa. Gupitin ang kuwarta sa 12 wedges, gamit ang ruler bilang gabay at gupitin ang kuwarta. Butasan ang bawat wedge ng ilang beses gamit ang toothpick.

c) Maghurno hanggang ang shortbread ay kayumanggi, matatag sa mga gilid at bahagyang malambot sa gitna, mga 1 oras. Palamigin nang buo ang shortbread sa kawali sa rack. Alisin ang mga gilid ng kawali.

19. Fruited shortbread cookies

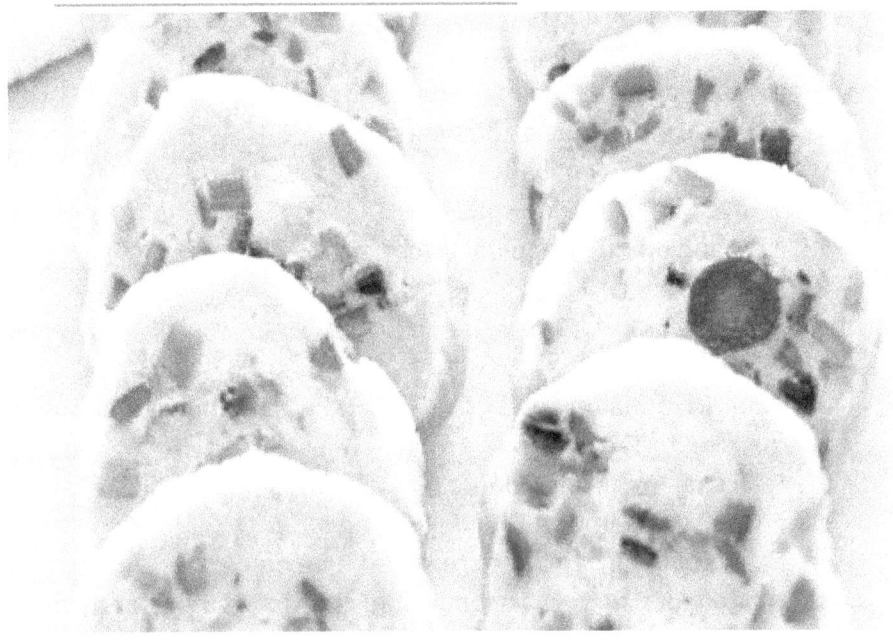

MGA INGREDIENTS:
- 2½ tasa ng harina
- 1 kutsarita Cream ng tartar
- 1½ tasa ng asukal sa mga confectioner
- 1 9 oz. kahon Nonesuch mincemeat
- 1 kutsarita ng Vanilla
- 1 kutsarita ng baking soda
- 1 tasang mantikilya, pinalambot
- 1 Itlog

MGA TAGUBILIN:

a) Painitin muna ang oven sa 375F. 2. Pagsamahin ang harina, soda, at cream ng tartar.

b) Sa isang malaking mangkok, talunin ang mantikilya at asukal hanggang sa malambot. Magdagdag ng itlog.

c) Paghaluin ang vanilla at crumbled mincemeat.

d) Magdagdag ng mga tuyong sangkap. Mix well-batter ay magiging matigas.

e) Igulong sa 1¼" na bola. Ilagay sa walang basang cookie sheet, patagin nang bahagya.

f) Maghurno ng 10-12 minuto o hanggang bahagyang kayumanggi.

g) Takpan ng isang glaze ng asukal, gatas at banilya ng mga confectioner habang mainit pa.

20. Lavender shortbread cookies

MGA INGREDIENTS:
- ½ tasang unsalted butter sa room temperature
- ½ tasa ng asukal sa mga confectioner na hindi tinatag
- 2 kutsarita ng mga pinatuyong bulaklak ng lavender
- 1 kutsarita dinurog na tuyong dahon ng sibat
- ⅛ kutsarita ng kanela
- 1 tasang unsifted flour

MGA TAGUBILIN:

a) Painitin ang hurno sa 325 F. Maghanda ng 8" square baking pan sa pamamagitan ng paglalagay nito ng aluminum foil at bahagyang pahiran ang foil ng vegetable oil spray.

b) Cream ang mantikilya hanggang sa magaan at malambot. Ihalo ang asukal, lavender, spearmint at kanela. Gumalaw sa harina at haluin hanggang ang timpla ay gumuho. I-scrape ito sa inihandang kawali at ikalat hanggang sa patag, pinindot nang bahagya upang pantay-pantay itong idikit.

c) Maghurno ng 25 hanggang 30 minuto, o hanggang sa bahagyang ginintuang mga gilid.

d) Dahan-dahang iangat ang foil at shortbread mula sa kawali papunta sa ibabaw ng hiwa. Hiwain ang mga bar gamit ang isang may ngipin na kutsilyo.

e) Ilipat sa isang wire rack upang ganap na lumamig. Mag-imbak sa isang mahigpit na selyadong lata.

21. Mocha shortbread cookies

MGA INGREDIENTS:
- 1 kutsarita Nescafe Classic instant coffee
- 1 kutsarita ng tubig na kumukulo
- 1 pack (12-oz) semi-sweet chocolate morsels ng Nestle Toll House; hinati
- ¾ tasa ng mantikilya; lumambot
- 1¼ tasa sifted confectioner sugar
- 1 tasang All-purpose na harina
- ⅓ kutsarita ng Asin

MGA TAGUBILIN:

a) Painitin ang oven sa 250 degrees. Sa tasa, tunawin ang Nescafe Classic na instant na kape sa kumukulong tubig; itabi. Matunaw sa mainit (hindi kumukulo) na tubig, 1 tasa ng semi-sweet chocolate morsels ng Nestle Toll House; haluin hanggang makinis.

b) Alisan sa init; itabi. Sa malaking mangkok, pagsamahin ang mantikilya, asukal sa mga confectioner at kape; talunin hanggang makinis. Unti-unting paghaluin ang harina at asin.

c) Haluin ang mga natunaw na subo. Pagulungin ang kuwarta sa pagitan ng dalawang piraso ng waxed paper sa 3/16-pulgadang kapal. Alisin ang tuktok na sheet; gupitin ang cookies gamit ang 2-½ pulgadang cookie cutter. Alisin mula sa waxed paper at ilagay sa ungreased cookie sheet. Maghurno sa 250 degrees sa loob ng 25 minuto. Palamig nang lubusan sa mga wire rack.

d) Matunaw sa mainit (hindi kumukulo) na tubig, natitira pang 1 tasa ng semi-sweet chocolate morsels ng Nestle Toll House; haluin hanggang makinis. Ikalat ang bahagyang bilugan na kutsarita ng tinunaw na tsokolate sa patag na bahagi ng cookie; itaas na may pangalawang cookie. Ulitin sa natitirang cookies.

e) Palamigin hanggang itakda. Hayaang tumayo sa temperatura ng silid 15 minuto bago ihain.

22. Mga cookies ng shortbread ng mani

MGA INGREDIENTS:
- 250 mililitro Mantikilya; Walang asin, Pinalambot
- 60 mililitro ng Creamy Peanut Butter
- 1 malaking puting itlog; Hiwalay
- 5 mililitro ng Vanilla Extract
- 325 mililitro na All-Purpose Flour
- 250 milliliters Old Fashioned Rolled Oats
- 60 mililitro ng Wheat Germ
- 250 mililitro na Salted Dry-Roasted Peanuts; pinong tinadtad
- 250 mililitro Light Brown Sugar; mahigpit na nakaimpake

MGA TAGUBILIN:

a) Sa isang mixing bowl na may electric mixer, cream together Butter, Peanut Butter, Sugar, pagkatapos ay i-beat sa egg yolk at vanilla extract.

b) Magdagdag ng harina, oats, at wheat-germ at talunin ang pinaghalong hanggang sa pinagsama. Ipagkalat ang batter nang pantay-pantay sa isang buttered jelly roll pan, 15 -½ x 10-½ x 1 pulgada (40 x 27 x 2½ cm) na pinapakinis ang tuktok, ipakalat ang puti ng itlog, pinalo ng mahina, sa ibabaw ng batter, at pagkatapos ay iwiwisik ang mani nang pantay-pantay sa ibabaw nito .

c) Ihurno ang timpla sa gitna ng preheated 300 F (150 C) oven sa loob ng 25 hanggang 30 minuto, o hanggang sa maging golden brown ang tuktok.

d) Ilipat ang kawali sa wire rack para lumamig. Habang ang timpla ay MAINIT pa, gupitin sa maliit na pantay na mga parisukat at hayaang lumamig nang buo ang cookies sa kawali.

23. Spiced shortbread cookies

MGA INGREDIENTS:
- 1 tasa ng margarin, pinalambot
- ⅔ tasa na may pulbos na asukal
- ½ kutsarita Ground nutmeg
- ½ kutsarita Ground cinnamon
- ½ kutsarita ng giniling na luya
- 2 tasang All-purpose na harina

MGA TAGUBILIN:

a) Cream mantikilya; unti-unting magdagdag ng asukal, matalo sa katamtamang bilis ng isang electric mixer hanggang sa magaan at malambot. Magdagdag ng pampalasa, at talunin ng mabuti.

b) Haluin ang harina. Ang kuwarta ay magiging matigas. Hugis ang kuwarta sa 1 1$ inch na bola, at ilagay nang 2 pulgada ang pagitan sa mga cookie sheet na bahagyang pinahiran ng langis. Pindutin nang bahagya ang cookies na may floured cookie stamp o tinidor upang patagin hanggang ¼ pulgada ang kapal. Maghurno sa 325 sa loob ng 15 hanggang 18 minuto o hanggang matapos. Hayaang lumamig sa mga wire rack.

24. Pecan shortbread cookies

MGA INGREDIENTS:
- ¾ libra Mantikilya
- 1 tasang Asukal ng mga Confectioner
- 3 tasang Flour, sinala
- ½ kutsarita ng Asin
- ½ kutsarita ng Vanilla
- ¼ tasa ng Asukal
- ¾ tasa Pecans, pinong tinadtad

MGA TAGUBILIN:

a) I-cream ang mantikilya at asukal ng mga confectioner nang magkasama hanggang sa magaan.

b) Salain ang harina at asin at idagdag sa creamed mixture. Magdagdag ng vanilla at ihalo nang lubusan. Magdagdag ng pecans.

c) Ipunin ang kuwarta sa isang bola, balutin sa wax paper, at palamigin hanggang matibay.

d) Igulong ang pinalamig na kuwarta sa ½" na kapal. Gamit ang cookie cutter, gupitin ang cookies. Budburan ang mga tuktok na may butil na asukal. Ilagay ang mga ginupit na cookies sa ungreased cookie sheet at palamigin sa loob ng 45 minuto bago i-bake.

e) Painitin ang hurno sa 325F.

f) Maghurno sa loob ng 20 minuto o hanggang sa nagsisimula pa lamang sa kulay; hindi dapat kayumanggi ang cookies. Cool sa rack.

25.Oregon hazelnut shortbread cookies

MGA INGREDIENTS:
- 1 tasang inihaw na Oregon hazelnuts
- ¾ tasa ng mantikilya; pinalamig
- ¾ tasa ng Asukal
- 1½ tasa ng hindi pinaputi na harina

MGA TAGUBILIN:

a) Gilingin ang mga inihaw na hazelnut sa isang food processor hanggang sa magaspang na giling. Magdagdag ng mantikilya at asukal at iproseso nang lubusan. Ilagay ang mga mani, mantikilya at asukal na pinaghalong sa mixing bowl, at magdagdag ng harina (½ tasa sa isang pagkakataon) na hinahalo nang buo ang bawat karagdagan. Pagsamahin ang timpla sa isang bola.

b) Gumawa ng 1-½-inch na bola at ilagay sa isang non-stick cookie sheet, mga ½-inch ang pagitan.

c) Maghurno sa 350 para sa 10-12 minuto. Palamigin ang natitira sa kuwarta hanggang handa nang maghurno.

SCONES

26. Mga Cappuccino Scone

MGA INGREDIENTS:
- 2 tasang all-purpose na harina
- ¼ tasa ng butil na asukal
- 2 kutsarang instant coffee granules
- 1 kutsarang baking powder
- ½ kutsarita ng asin
- ½ tasa malamig na unsalted butter, cubed
- ½ tasang mabigat na cream
- ¼ tasa ng matapang na timplang kape, pinalamig
- 1 kutsarita vanilla extract
- ½ tasang semisweet chocolate chips (opsyonal)
- 1 itlog (para sa paghugas ng itlog)
- Magaspang na asukal (para sa pagwiwisik, opsyonal)

MGA TAGUBILIN:

a) Painitin muna ang iyong oven sa 400°F (200°C) at lagyan ng parchment paper ang isang baking sheet.

b) Sa isang malaking mixing bowl, haluin ang harina, granulated sugar, instant coffee granules, baking powder, at asin.

c) Idagdag ang malamig na cubed butter sa mga tuyong sangkap. Gumamit ng pastry cutter o ang iyong mga daliri upang ilagay ang mantikilya sa tuyong pinaghalong hanggang ito ay maging katulad ng mga magaspang na mumo.

d) Sa isang hiwalay na mangkok, pagsamahin ang mabigat na cream, brewed coffee, at vanilla extract.

e) Ibuhos ang mga basang sangkap sa tuyong pinaghalong at haluin hanggang sa pagsamahin lamang. Kung ninanais, tiklupin ang semisweet chocolate chips.

f) Ilabas ang kuwarta sa ibabaw ng harina at dahan-dahang masahin ito ng ilang beses hanggang sa magkadikit.

g) I-pat ang kuwarta sa isang bilog na halos 1 pulgada ang kapal. Gupitin ang bilog sa 8 wedges.

h) Ilagay ang mga scone sa inihandang baking sheet. Talunin ang itlog at i-brush ito sa ibabaw ng mga scone. Budburan ng magaspang na asukal, kung gagamit.

i) Maghurno sa preheated oven sa loob ng 15-18 minuto o hanggang sa maging golden brown ang scone at malinis ang toothpick na ipinasok sa gitna.

j) Hayaang lumamig ang cappuccino scone sa wire rack bago ihain.

27. Cinnamon coffee scones

MGA INGREDIENTS:
- 2 tasang self-rising na harina
- 2 kutsarita ng kanela
- 6 na kutsarang Asukal
- ¾ tasa ng unsalted butter
- 2 itlog
- ¼ tasa Strong brewed Folgers Coffee
- ¼ tasa ng Gatas
- ½ tasang gintong pasas
- ½ tasa tinadtad na pecan
- Dagdag na gatas at asukal para sa mga toppings

MGA TAGUBILIN:

a) Pagsamahin ang harina, kanela, at asukal. Gupitin ang mantikilya sa mga piraso ng kutsara at timpla sa tuyong pinaghalong.

b) Paghaluin ang mga itlog, kape, at gatas. Haluin ang tuyo na timpla upang bumuo ng malambot na kuwarta. Haluin ang prutas at mani. Lumiko sa isang floured board at dahan-dahang i-pat sa isang bilog ng kuwarta na humigit-kumulang ½" ang kapal. Gupitin ang mga bilog gamit ang floured biscuit cutter at ilagay ang mga ito sa isang greased baking sheet.

c) Dahan-dahang i-brush ang mga tuktok na may gatas at maghurno sa isang preheated 400 F. oven para sa 12-15 minuto o hanggang sa ginintuang kayumanggi. Ihain nang mainit.

28. Matcha Green Tea Scones

MGA INGREDIENTS:
PARA SA MATCHA SCONES:
- 2 tasang gluten-free 1:1 na harina na may xanthan gum
- 2 kutsarita ng baking powder
- 2 kutsarang matcha powder
- ½ kutsarita ng asin
- 3 kutsarang tinunaw na langis ng niyog
- 5 kutsarang unsweetened na gatas ng halaman
- ⅓ tasa ng purong maple syrup
- 1 kutsarita purong vanilla extract o almond extract
- ⅓ cup vegan white chocolate chips (opsyonal)

PARA SA GLAZE:
- ½ tasa ng asukal ng vegan confectioner
- 1-2 kutsarang unsweetened na gatas ng halaman o tubig

MGA TAGUBILIN:
PAGGAWA NG MGA SCONES:
a) Painitin muna ang oven sa 350 degrees Fahrenheit at lagyan ng parchment paper ang isang malaking baking sheet. Itabi ito.

b) Sa isang malaking mixing bowl, pagsamahin ang gluten-free na harina, baking powder, matcha powder, at asin. Haluin hanggang sa sila ay pantay na pinagsama.

c) Idagdag ang tinunaw na langis ng niyog, gatas ng halaman, maple syrup, at vanilla extract sa mangkok. Haluin hanggang sa mabuo ang isang makapal at malutong na timpla. Dapat itong magkaroon ng texture ng basa, clumpy na buhangin. Kung ninanais, tiklupin sa puting chocolate chips.

d) Gamitin ang iyong malinis na mga kamay upang hubugin ang timpla sa isang malaking bola. Kung ito ay masyadong madurog, magdagdag ng 1-2 kutsara ng gatas ng halaman hanggang sa ito ay sapat na basa upang bumuo ng isang bola. Subukang huwag mag-overwork ang kuwarta.

e) Ilagay ang dough ball sa inihandang baking sheet at patagin ito sa 8-pulgadang bilog gamit ang iyong mga kamay o isang rolling pin.

f) Gumamit ng kutsilyo upang gupitin ang bilog ng kuwarta sa 8 pantay na laki na tatsulok (isipin mo itong parang pagputol ng pizza o pie). Ilagay ang mga tatsulok nang 1-2 pulgada ang layo sa baking sheet.

g) Ihurno ang mga scone sa loob ng 14-18 minuto o hanggang sa bahagyang umangat ang mga ito at maging matatag ang mga gilid. Alisin ang mga ito mula sa oven at hayaang lumamig ng 5 minuto sa baking sheet bago ilipat ang mga ito sa isang cooling rack.

PAGGAWA NG GLAZE:
h) Sa maliit hanggang katamtamang mangkok, pagsamahin ang asukal ng vegan confectioner sa 1 kutsarang gatas ng halaman. Ayusin ang pagkakapare-pareho kung kinakailangan sa pamamagitan ng pagdaragdag ng mas maraming asukal para sa kapal o higit pang gatas upang gawin itong mas manipis. Ang glaze ay dapat na sapat na manipis upang ambon sa isang kutsara ngunit hindi matapon.

i) Kapag ang mga scone ay ganap na lumamig, gumamit ng isang kutsara upang ibuhos ang icing sa ibabaw ng mga scone. Enjoy!

29.Earl Grey Tea Scones

MGA INGREDIENTS:
PARA SA MGA SCONES:
- 2 tasang all-purpose na harina
- ¼ tasa ng butil na asukal
- 1½ kutsarita ng baking soda
- ¼ kutsarita ng asin
- 6 teabags ng Earl Grey Tea (1 teabag ay katumbas ng 1 kutsarita)
- ½ tasa ng gatas (maaaring gumamit ng kalahati at kalahati, cream, o buttermilk)
- 6 na kutsarang unsalted butter (napakalamig)
- 1 malaking itlog
- 1 kutsarita purong vanilla extract

PARA SA SCONE GLAZE:
- 1 tasang may pulbos na asukal
- 2 kutsarita ng gatas (maaaring gumamit ng cream)
- ½ kutsarita purong vanilla extract
- 1 kutsarang tuyo na lavender (opsyonal)

MGA TAGUBILIN:
PAANO GUMAWA NG EARL GREY SCONES:
a) Painitin muna ang oven sa 400°F.
b) Sa isang malaking mangkok ng paghahalo, sukatin ang harina, asukal, baking soda, at asin. Buksan ang Earl Grey Tea bag at idagdag ang tuyong tsaa sa pinaghalong harina. Haluing mabuti para pagsamahin.
c) Sa isang maliit na mangkok, haluin ang itlog, gatas, at banilya.
d) Gumamit ng cheese grater o isang paring knife para putulin ang napakalamig na mantikilya sa mangkok ng harina. Gumamit ng pastry cutter o dalawang kutsilyo upang isama ang mantikilya sa pinaghalong harina hanggang sa makamit mo ang mga mumo na kasing laki ng gisantes.
e) Idagdag ang mga basang sangkap sa mga tuyong sangkap at ihalo hanggang sa mabasa ang halo, na bumubuo ng bola ng kuwarta.
f) Ibuhos ang kuwarta sa malinis na ibabaw na nilagyan ng harina at hubugin ito ng bola gamit ang iyong mga kamay. Igulong ang kuwarta sa isang 8-pulgadang bilog na may rolling pin sa halos isang-kapat na pulgada ang kapal. Bilang kahalili, maaari mong gamitin ang iyong mga kamay upang hubugin ang kuwarta sa isang bilog.
g) Gupitin ang kuwarta sa 8 tatsulok gamit ang isang matalim na kutsilyo o isang bench scraper at ilipat ang mga scone sa isang baking pan na may linyang parchment, na nag-iiwan ng espasyo sa pagitan ng bawat piraso.
h) Maghurno ng mga 15-20 minuto o hanggang maging golden brown ang mga gilid.
i) Hayaang magpahinga ang mga scone at pagkatapos ay ilipat ang mga ito sa isang cooling rack. Habang sila ay bahagyang mainit-init, maaari mong itaas ang mga ito ng glaze kung ninanais.
PAANO GINAWA ANG SCONE GLAZE:
j) Sa isang maliit na mangkok, idagdag ang lahat ng mga sangkap ng glaze at ihalo hanggang makinis. Ibuhos ang glaze sa ibabaw ng mga scone kapag sila ay lumamig.
k) Kung gumagamit ng lavender, maaari mo itong idagdag sa glaze o iwiwisik ito sa ibabaw ng glaze.

30. Mga Scone ng Birthday Cake

MGA INGREDIENTS:
PARA SA MGA SCONES:
- 2 tasang all-purpose na harina
- ¼ tasa ng butil na asukal
- 2 kutsarita ng baking powder
- ½ kutsarita ng asin
- ½ tasang unsalted butter, malamig at cubed
- ½ tasang buttermilk
- 1 kutsarita vanilla extract
- ¼ tasa ng makukulay na sprinkles

PARA SA GLAZE:
- 1 tasang may pulbos na asukal
- 2 kutsarang gatas
- ½ kutsarita vanilla extract
- Mga karagdagang sprinkle para sa dekorasyon (opsyonal)

MGA TAGUBILIN:
a) Painitin muna ang iyong oven sa 200°C (400°F) at lagyan ng parchment paper ang isang baking sheet.
b) Sa isang malaking mixing bowl, haluin ang harina, granulated sugar, baking powder, at asin.
c) Idagdag ang malamig na cubed butter sa mga tuyong sangkap. Gumamit ng pastry cutter o ang iyong mga daliri upang gupitin ang mantikilya sa pinaghalong harina hanggang sa ito ay maging katulad ng mga magaspang na mumo.
d) Sa isang hiwalay na mangkok, haluin ang buttermilk at vanilla extract.
e) Dahan-dahang ibuhos ang pinaghalong buttermilk sa mga tuyong sangkap, haluin hanggang sa pagsamahin lamang.
f) Dahan-dahang tiklupin ang mga makukulay na sprinkles, mag-ingat na huwag mag-overmix at mawala ang makulay na mga kulay.
g) Ilipat ang kuwarta sa isang bahagyang floured na ibabaw. Hugis ito sa isang bilog o parihaba, mga 1 pulgada ang kapal.
h) Gamit ang isang matalim na kutsilyo o isang pastry cutter, gupitin ang kuwarta sa mga wedge o mga parisukat, depende sa iyong gustong hugis at sukat.
i) Ilagay ang mga scone sa inihandang baking sheet, na nag-iiwan ng ilang espasyo sa pagitan ng bawat scone.
j) Ihurno ang mga scone sa preheated oven sa loob ng mga 15-20 minuto, o hanggang sila ay maging golden brown at maluto.
k) Habang nagluluto ang mga scone, ihanda ang glaze. Sa isang mixing bowl, haluin ang powdered sugar, gatas, at vanilla extract hanggang makinis at mag-atas.
l) Kapag ang mga scone ay tapos na sa pagluluto, alisin ang mga ito mula sa oven at hayaan silang lumamig sa isang wire rack sa loob ng ilang minuto.
m) Ibuhos ang glaze sa mga mainit na scone, hayaan itong tumulo sa mga gilid.
n) Opsyonal: Magwiwisik ng mga karagdagang makukulay na sprinkle sa ibabaw ng glaze para sa dagdag na festive touch.
o) Hayaang itakda ang glaze ng ilang minuto bago ihain ang mga scone ng birthday cake.

31. Funfetti Scones

MGA INGREDIENTS:
PARA SA MGA SCONES:
- 1 ½ tasang all-purpose na harina
- 1 ½ tasa ng harina ng cake
- ½ tasang asukal
- 1 kutsarita ng asin
- 1 kutsarang baking powder
- 1 ½ kutsarang vanilla extract
- 1 ½ tasa ng heavy cream at ¼ tasa para sa pagsisipilyo ng mga scone
- ½ tasa ng sprinkles

PARA SA GLAZE:
- 1 tasang may pulbos na asukal
- 1 kutsarita vanilla extract
- ½ kutsarita almond extract
- 4 na kutsarang mabigat na cream

MGA TAGUBILIN:

a) Painitin muna ang iyong oven sa 425°F. Iguhit ang isang baking sheet na may parchment paper at itabi ito.

b) Sa isang malaking mangkok, pagsamahin ang all-purpose flour, cake flour, asukal, asin, baking powder, at sprinkles. Haluin ang mga tuyong sangkap hanggang sa maayos na pagsamahin.

c) Idagdag ang mabibigat na cream at vanilla extract sa tuyong pinaghalong. Haluin hanggang ang mga sangkap ay ganap na pinagsama. Kung ang timpla ay tila masyadong tuyo, magdagdag ng isang touch ng cream. Kung ito ay masyadong basa, isama ang isang kutsarang harina.

d) Kapag ang iyong kuwarta ay lubusang pinagsama, ilipat ito sa isang bahagyang floured na ibabaw. Gamitin ang iyong mga kamay upang tapikin ang kuwarta sa isang ¾-pulgada na makapal na parihaba.

e) Gupitin ang kuwarta sa mga tatsulok, o maaari kang gumamit ng pamutol ng biskwit upang hubugin ang mga scone. Nakakuha ako ng humigit-kumulang 20 tatsulok mula sa kuwarta.

f) Ilagay ang mga scone sa inihandang baking sheet. I-brush ang tuktok ng mga scone na may kaunting mabigat na cream. Pagkatapos, ilagay ang baking sheet sa refrigerator sa loob ng 15 minuto. Ang panahon ng pahinga na ito ay nagbibigay-daan sa masa upang makapagpahinga at tumaas.

g) Ihurno ang mga scone sa preheated oven sa loob ng mga 15 minuto, o hanggang sa ang mga gilid ay maganda ang ginintuang kayumanggi at ang mga scone ay ganap na naluto. Kapag tapos na, alisin ang mga ito mula sa oven at ilipat ang mga ito sa isang cooling rack. Hayaang lumamig sa loob ng 10 minuto.

h) Habang lumalamig ang mga scone, ihanda ang glaze. Pagsamahin ang powdered sugar, vanilla extract, almond extract, at heavy cream. Ayusin ang pagkakapare-pareho kung kinakailangan: kung ito ay masyadong makapal, magdagdag ng higit pang cream, at kung ito ay masyadong manipis, ihalo sa mas maraming powdered sugar.

i) Tapusin sa pamamagitan ng pag-ambon ng glaze sa ibabaw ng mga scone at pagdaragdag ng mga karagdagang sprinkle para sa isang kaaya-ayang hawakan. Masiyahan sa iyong Funfetti Scones!

32. Hugis Puso na Sweetheart Scones

MGA INGREDIENTS:
PARA SA MGA SCONES:
- 2 kutsarang mainit na tubig (hindi mainit)
- 1 kutsarang aktibong dry yeast
- 1 kutsarita ng butil na asukal
- 2 ¾ tasang all-purpose na harina
- ¼ tasa ng asukal
- 3 kutsarita ng baking powder
- 1 kutsarita ng asin
- 1 tasang cold shortening
- ⅞ tasa ng buong gatas
- 1 kutsarita vanilla extract

PARA SA EGG WASH & SUGAR TOPPING:
- 1 puti ng itlog
- 2 kutsarang malamig na tubig
- 2 kutsarang kumikinang na puting asukal o pink na pampalamuti na asukal

MGA TAGUBILIN:
a) Magsimula sa pamamagitan ng paunang pag-init ng iyong oven sa 375°F/191°C at liningan ang isang baking sheet na may parchment paper.

b) Sa isang maliit na mangkok na salamin, pagsamahin ang maligamgam na tubig na may aktibong tuyong lebadura at 1 kutsarita ng butil na asukal. Hayaang lumambot ang lebadura sa loob ng mga 10 minuto o hanggang sa ito ay bumuo ng espongha na humigit-kumulang apat na beses ang laki ng orihinal na timpla.

c) Sa isang malaking mangkok, salain ang all-purpose na harina, asukal, baking powder, at asin.

d) Gupitin ang malamig na shortening sa maliliit na cube at, gamit ang isang pastry blender o isang tinidor, isama ang shortening sa timpla hanggang ito ay maging katulad ng mga mumo na may malalaking kumpol ng shortening na kasing laki ng gisantes. Mag-ingat na huwag mag-overwork ang pinaghalong; magkakaroon pa rin ng mga patch ng mga tuyong sangkap.

e) Gumawa ng balon sa gitna ng pinaghalong mumo at idagdag ang lahat ng gatas, ang vanilla extract, at ang yeast mixture. Dahan-

dahang tiklupin ang pinaghalong hanggang sa bahagya itong mabasa at bumuo ng kuwarta. Maaaring mayroon pa ring malalaking piraso ng tuyong harina. Gamitin ang sakong ng iyong palad upang pindutin ang pinaghalong ilang beses hanggang sa magkadikit.

f) Budburan o salain ang humigit-kumulang 2 kutsara ng harina sa ibabaw ng trabaho na natatakpan ng pergamino.

g) Hugis ang kuwarta sa isang makinis na bola at ilagay ito sa inihandang ibabaw ng trabaho.

h) Pat o igulong ang kuwarta sa taas na ¾". Gumamit ng pataas-pababang paggalaw upang gupitin ang mga scone gamit ang 2 ½" na hugis pusong pamutol. Isawsaw ang pamutol sa harina sa pagitan ng mga hiwa upang tumulong sa proseso. Ipunin ang anumang kuwarta mga scrap, repormahin ang mga ito, at gupitin muli.

i) Ayusin ang mga scone sa isang baking sheet na may parchment-lined na may 2" na agwat sa pagitan ng mga ito.

j) Ilagay ang baking sheet sa isang mainit na lugar at hayaang tumaas ang mga scone sa loob ng 30 minuto o hanggang sa halos dumoble ang kanilang taas, na umabot ng humigit-kumulang 1 ¼" ang taas. Habang umaangat ang mga scone, painitin muna ang oven sa 375°F/191°C.

k) Talunin ang puti ng itlog at 2 kutsara ng malamig na tubig hanggang sa mabula at mahusay na pinagsama. I-brush ang tuktok ng mga scone gamit ang egg white pastry wash at iwiwisik ang mga ito ng sparkling na asukal.

l) Ihurno ang mga scone sa loob ng 8 hanggang 14 minuto o hanggang sa maitakda ang mga ito, at ang mga gilid ay bahagyang kayumanggi. Pagkatapos, ilipat ang mga scone mula sa baking sheet papunta sa mga cooling rack.

33. Cadbury Creme Egg Scones

MGA INGREDIENTS:
- 8 regular na laki ng Cadbury Creme Egg
- 3 ¼ tasa ng all-purpose na harina
- ¼ tasa ng butil na asukal
- ¼ tasang nakabalot na brown sugar
- 1 kutsara plus 1 kutsarita baking powder
- ¼ kutsarita ng kanela
- ¼ kutsarita ng asin
- 3 tablespoons malamig na mantikilya, diced
- 2 tasang malamig na mabigat na whipping cream
- Raw sugar o Easter-themed nonpareils (opsyonal)

MGA TAGUBILIN:

a) Magsimula sa pamamagitan ng pag-alis ng foil wrapping mula sa bawat Cadbury Creme Egg. Gupitin ang mga ito ng matalim na kutsilyo, kahit na medyo malagkit ito. Ilipat ang mga tinadtad na itlog sa isang parchment o wax paper-lined pan o plato at pindutin ang mga ito sa pantay na layer. Ilagay ang kawali sa freezer sa loob ng 1-2 oras, o hanggang sa matibay ang tinadtad na itlog at malagkit na laman.

b) Painitin muna ang iyong hurno sa 375 degrees F. Lalagyan ng parchment paper ang isang baking sheet o gumamit ng baking stone (nang walang anumang liner) kung gusto.

c) Sa isang malaking mixing bowl, haluin ang all-purpose flour, granulated sugar, brown sugar, baking powder, cinnamon, at asin. Gupitin ang malamig na mantikilya sa pinaghalong harina gamit ang isang pastry cutter o dalawang kutsilyo hanggang sa ito ay maging katulad ng mga magaspang na mumo.

d) Alisin ang Cadbury Creme Eggs mula sa freezer at ilipat ang mga ito sa isang cutting board. Hatiin muli ang mga itlog sa diced-sized na piraso. Idagdag ang mga ito sa pinaghalong harina at haluin upang masakop.

e) Ibuhos ang malamig na mabigat na whipping cream sa mangkok nang sabay-sabay, pagkatapos ay malumanay na haluin gamit ang isang kahoy na kutsara hanggang ang mga sangkap ay basa-basa lamang. Ilabas ang kuwarta sa ibabaw ng bahagyang harina o pastry mat at masahin ito nang napakarahan hanggang sa mabuo ang kuwarta. Iwasan ang labis na paghahalo; ang kuwarta ay dapat magkaroon ng bahagyang basag at tuyo na hitsura.

f) Dahan-dahang i-pat ang kuwarta sa isang ¾ hanggang 1-pulgadang makapal na slab. Gamit ang 2 ½ hanggang 3 ½-pulgada na pamutol ng biskwit o isang bilog na baso, gupitin ang kuwarta at ilipat ang mga ito sa baking sheet o bato, na may pagitan ng 2 pulgada. Budburan ng hilaw na asukal o isawsaw ang tuktok ng bawat pag-ikot sa isang mangkok ng nonpareils, kung ninanais.

g) Maghurno ng 18 hanggang 22 minuto, o hanggang ang mga scone ay maging isang magandang ginintuang kulay. Ihain ang mga ito nang mainit o sa temperatura ng silid. Itago ang anumang natira sa lalagyan ng airtight nang hanggang 3 araw.

h) Tangkilikin ang mga Cadbury Creme Egg Scone na ito bilang isang kasiya-siya, kakaibang almusal na perpekto para sa pagdiriwang ng Pasko ng Pagkabuhay o anumang araw na gusto mo ng kaunting tamis.

34. Passion Fruit Scones

MGA INGREDIENTS:
- 2 tasang all-purpose na harina
- ⅓ tasa ng asukal
- 1 kutsarang baking powder
- ½ kutsarita ng asin
- ½ tasang unsalted butter, pinalamig at cubed
- ⅔ tasa ng passion fruit pulp
- ½ tasang mabigat na cream

MGA TAGUBILIN:

a) Painitin muna ang oven sa 400°F.

b) Sa isang mangkok ng paghahalo, pagsamahin ang harina, asukal, baking powder, at asin.

c) Idagdag ang pinalamig na mantikilya at gumamit ng pastry blender o ang iyong mga kamay upang gupitin ang mantikilya sa mga tuyong sangkap hanggang sa gumuho ang timpla.

d) Idagdag ang pulp ng passion fruit at mabigat na cream, haluin hanggang sa magsama ang kuwarta.

e) Ilabas ang kuwarta sa ibabaw ng floured at i-pat ito sa isang bilog.

f) Gupitin ang kuwarta sa 8 wedges

g) Ilagay ang mga scone sa isang baking sheet na nilagyan ng parchment paper.

h) Maghurno para sa 18-20 minuto o hanggang sa ginintuang kayumanggi.

i) Ihain nang mainit na may kasamang mantikilya at karagdagang passion fruit pulp.

35. Coconut at Pineapple Scones

MGA INGREDIENTS:
MGA SCONE:
- 2 tasang Baking Mix
- 1 kutsarita ng baking powder
- ¼ tasa ng unsalted butter, matigas, gupitin sa maliliit na piraso
- 2 ounces cream cheese
- ½ tasa ng mala-anghel na niyog
- ½ tasa ng macadamia nuts, tinadtad
- Sugar Substitute sa katumbas na ⅓ tasa ng asukal
- ⅓ tasa Carb Countdown Dairy Inumin
- 1 malaking itlog, pinalo
- 1 kutsarita katas ng pinya
- 1 kutsarang heavy cream para sa basting

ANGEL TYPE COCONUT:
- ½ tasang hindi matamis na ginutay-gutay na niyog
- 1 ½ kutsara. tubig na kumukulo
- Sugar substitute sa katumbas ng 2 kutsarita. ng asukal

MGA TAGUBILIN:
ANGEL TYPE COCONUT:
a) Ilagay ang niyog sa isang maliit na mangkok. Ibuhos ang kumukulong tubig at pampatamis sa ibabaw nito at haluin hanggang sa mamasa-masang mabuti ang niyog.
b) Maglagay ng isang sheet ng plastic wrap sa ibabaw ng mangkok at hayaang tumayo ito ng 15 minuto.

MGA SCONE:
c) Painitin ang oven sa 400 degrees. Iguhit ang isang baking sheet na may parchment paper.
d) Sa isang medium-sized na mangkok, haluin ang kutsarita ng baking powder sa Baking Mix.
e) Gupitin ang mantikilya at cream cheese sa Baking Mix hanggang ang timpla ay kahawig ng mga magaspang na mumo. Haluin ang niyog at macadamia nuts.
f) Sa isang hiwalay na mangkok, paghaluin ang gatas, itlog, kapalit ng asukal, at katas ng pinya.
g) Idagdag ang basang timpla sa tuyo at haluin hanggang sa mabuo ang malambot na masa (ito ay malagkit).
h) Ilabas ang kuwarta sa ibabaw na bahagyang nalagyan ng alikabok ng Baking Mix.
i) Dahan-dahang igulong ang kuwarta upang mabalot. Mahina nang bahagya ng 10 beses.
j) I-tap ang dough sa 7" circle sa parchment-lineed baking sheet. Kung masyadong malagkit ang dough, takpan ito ng isang piraso ng plastic wrap at pagkatapos ay bumuo ng bilog. Brush ang tuktok na may cream. Gupitin sa 8 wedges ngunit huwag magkahiwalay.
k) Maghurno ng 15 hanggang 20 minuto o hanggang mag-golden brown. Alisin sa oven. Maghintay ng 5 minuto, pagkatapos ay maingat na gupitin at paghiwalayin ang mga wedge sa mga linya ng puntos. Ihain nang mainit.

36.Mga Pink Lemonade Scone

MGA INGREDIENTS:
- 1 tasang mabigat na cream
- 1 tasang limonada
- 6 na patak ng kulay rosas na pangkulay ng pagkain
- 3 tasang self-rising na harina
- 1 kurot na asin
- jam, upang ihain
- cream, upang ihain

MGA TAGUBILIN:

a) Painitin muna ang oven sa 450°F

b) Ilagay ang lahat ng sangkap sa isang mangkok. Haluin nang bahagya hanggang sa pinagsama.

c) I-scrape sa ibabaw ng floured.

d) Masahin nang bahagya at hubugin ang kuwarta sa halos 1" makapal.

e) Pagkatapos ay gumamit ng isang bilog na pamutol upang gupitin ang mga scone.

f) Ilagay sa isang greased cookie sheet at brush tops na may kaunting gatas.

g) Maghurno sa loob ng 10-15 minuto o hanggang ma-brown ang tuktok.

h) Ihain kasama ng jam at cream.

37. Pumpkin Cranberry Scones

MGA INGREDIENTS:
- 2 tasang Baking Mix
- 1 kutsarang mantikilya
- 2 pakete ng Splenda
- ¾ tasa ng de-latang kalabasa, malamig
- 1 itlog, pinalo
- 1 kutsarang mabigat na cream
- ½ tasa ng sariwang cranberry, hinati

MGA TAGUBILIN:

a) Painitin muna ang iyong oven sa 425°F (220°C).

b) Gupitin ang mantikilya sa Baking Mix.

c) Idagdag ang Splenda (adjust sa panlasa), de-latang kalabasa, pinalo na itlog, at mabigat na cream sa pinaghalong Baking Mix. Pagsamahin ng mabuti ang mga sangkap, ngunit huwag mag-overmix.

d) Dahan-dahang tiklupin ang kalahating cranberry.

e) Hugis ang kuwarta sa 10 bola at ilagay ang mga ito sa isang mantikilya na cookie sheet. Pindutin nang dahan-dahan ang bawat bola, pakinisin ang mga panlabas na gilid.

f) Kung ninanais, i-brush ang mga tuktok ng scone na may karagdagang mabigat na cream.

g) Maghurno sa gitnang rack ng preheated oven sa loob ng 10-15 minuto o hanggang sa maging golden brown ang mga scone.

h) Ihain ang maiinit na scone na may mantikilya at/o whipped cream.

CHOCOLATE CHIP COOKIES

38. Pretzel at Caramel Cookies

MGA INGREDIENTS:
- 1 pakete chocolate cake mix (regular size)
- 1/2 tasa ng mantikilya, natunaw
- 2 malalaking itlog, temperatura ng silid
- 1 tasa sirang miniature pretzel, hinati
- 1 tasang semisweet chocolate chips
- 2 kutsarang salted caramel topping

MGA TAGUBILIN:

a) Painitin ang hurno sa 350°. Pagsamahin ang cake mix natunaw na Mantikilya at mga itlog; haluin hanggang maghalo. Haluin ang 1/2 cup pretzel, chocolate chips, at caramel topping.

b) I-drop sa pamamagitan ng bilugan na mga kutsarang 2 in. ang hiwalay sa mga greased baking sheet. Bahagyang patagin gamit ang ilalim ng baso; pindutin ang natitirang pretzel sa tuktok ng bawat isa. Maghurno ng 8-10 minuto o hanggang itakda.

c) Palamigin sa mga kawali sa loob ng 2 minuto. Alisin sa mga wire rack upang ganap na lumamig.

39. Granola at Chocolate Cookies

MGA INGREDIENTS:
- 1 18.25-ounce na chocolate cake mix
- ¾ tasa ng mantikilya , pinalambot
- ½ tasang naka-pack na brown sugar
- 2 itlog
- 1 tasang granola
- 1 tasang puting tsokolate chips
- 1 tasang pinatuyong seresa

MGA TAGUBILIN:

a) Painitin muna ang oven sa 375°F.

b) Sa isang malaking mangkok, pagsamahin ang cake mix, butter , brown sugar, at mga itlog at talunin hanggang sa mabuo ang batter.

c) Haluin ang granola at puting tsokolate chips. Mag-drop ng mga kutsarita nang humigit-kumulang 2 pulgada ang pagitan sa mga walang basang cookie sheet.

d) Maghurno sa loob ng 10–12 minuto o hanggang ang cookies ay bahagyang ginintuang kayumanggi sa paligid ng mga gilid.

e) Palamigin sa mga cookie sheet sa loob ng 3 minuto, pagkatapos ay alisin sa wire rack .

40. Biscoff Chocolate Chip Cookies

MGA INGREDIENTS:
- 1 tasang unsalted butter, pinalambot
- 1 tasa ng butil na asukal
- 1 tasang brown sugar
- 2 malalaking itlog
- 1 kutsarita vanilla extract
- 3 tasang all-purpose na harina
- 1 kutsarita ng baking soda
- ½ kutsarita ng asin
- 1 tasang Biscoff spread
- 1 ½ tasang chocolate chips

MGA TAGUBILIN:

a) Painitin muna ang oven sa 350°F (175°C) at lagyan ng parchment paper ang isang baking sheet.

b) Sa isang malaking mangkok, pagsama-samahin ang pinalambot na mantikilya, granulated sugar, at brown sugar hanggang sa magaan at malambot.

c) Talunin ang mga itlog nang paisa-isa, na sinusundan ng vanilla extract.

d) Sa isang hiwalay na mangkok, haluin ang harina, baking soda, at asin.

e) Dahan-dahang idagdag ang mga tuyong sangkap sa pinaghalong mantikilya, paghahalo hanggang sa pagsamahin lamang.

f) Haluin ang pagkalat ng Biscoff hanggang sa ganap na maisama.

g) Tiklupin ang chocolate chips.

h) I-drop ang mga bilugan na kutsara ng kuwarta sa inihandang baking sheet, na may pagitan ng mga 2 pulgada.

i) Maghurno ng 10-12 minuto o hanggang sa maging golden brown ang mga gilid.

j) Alisin sa oven at hayaang lumamig ang cookies sa baking sheet ng ilang minuto bago ilipat ang mga ito sa wire rack upang ganap na lumamig.

41. Black Forest Cookies

MGA INGREDIENTS:
- 2 ¼ tasang All-purpose na harina
- ½ tasa Dutch process cocoa powder
- ½ kutsarita ng baking powder
- ½ kutsarita ng baking soda
- 1 kutsarita ng Asin
- 1 tasang unsalted butter na natunaw at pinalamig
- ¾ tasa ng brown sugar na nakabalot sa maliwanag o madilim
- ¾ tasa puting butil na asukal
- 1 kutsarita Purong vanilla extract
- 2 Malaking itlog sa temperatura ng silid
- 1 tasa puting tsokolate chips
- ½ tasa Semisweet chocolate chips
- 1 tasa sariwang seresa Hugasan, pitted, at gupitin sa quarters

MGA TAGUBILIN:

a) Matunaw ang mantikilya sa microwave at hayaan itong palamig ng 10-15 minuto hanggang sa maging temperatura ng silid. Ihanda ang mga cherry at gupitin ang mga ito sa maliliit na bahagi.

b) 1 tasang unsalted butter,1 tasang sariwang seresa

c) Painitin muna ang oven sa 350°F. Linya ang dalawang cookie sheet na may parchment paper. Itabi.

d) Sa isang medium na mangkok, paghaluin ang harina, cocoa powder, baking powder, baking soda, at asin. Itabi.

e) 2 ¼ tasa ng All-purpose na harina,½ tasa ng unsweetened cocoa powder,½ kutsarita Baking powder,½ kutsarita Baking soda,1 kutsarita Asin

f) Sa isang malaking mangkok, magdagdag ng tinunaw na mantikilya, brown sugar, asukal, banilya, at mga itlog. Gumamit ng rubber spatula para ihalo hanggang makinis.

g) 1 tasang unsalted butter,¾ cup Brown sugar,¾ cup White granulated sugar,1 kutsarita Purong vanilla extract,2 Malaking itlog

h) Idagdag ang mga tuyong sangkap at ihalo hanggang sa pinagsama. Ito ay magiging malambot na masa. Idagdag ang white chocolate chips, chocolate chips, at fresh cherries.

i) 1 tasang puting tsokolate chips, ½ tasa Semisweet chocolate chips, 1 tasa sariwang seresa

j) Gumamit ng isang malaking cookie scoop (3oz cookie scoop) upang i-scoop ang kuwarta. Maglagay ng 6 na cookie dough ball sa bawat cookie sheet.

k) Maghurno ng isang cookie sheet sa isang pagkakataon. Maghurno ng 13-15 minuto. Habang mainit-init, itaas na may dagdag na chocolate chips at puting chocolate chips.

l) Hayaang umupo ang cookie sa mainit na kawali sa loob ng 10 minuto. Pagkatapos, ilipat sa isang cooling rack upang palamig.

42. Chocolate Truffle Cookies

MGA INGREDIENTS:
- 8 kutsara (1 stick) unsalted butter
- 8 ounces maitim na tsokolate (64% cacao o mas mataas), tinadtad nang magaspang
- ½ tasang hindi pinagpaputi na all-purpose na harina o gluten-free na harina
- 2 kutsarang Dutch-processed cocoa powder (99% cacao)
- ¼ kutsarita ng pinong sea salt
- ¼ kutsarita ng baking soda
- 2 malalaking itlog, sa temperatura ng kuwarto
- ½ tasang asukal
- 2 kutsarita ng vanilla extract
- 1 tasang dark chocolate chips (64% cacao o mas mataas)

MGA TAGUBILIN:

a) Matunaw ang mantikilya at maitim na tsokolate sa isang double boiler sa mababang init, paminsan-minsang pagpapakilos hanggang sa ganap na matunaw. Ganap na cool.

b) Pagsamahin ang harina, cocoa powder, asin, at baking soda sa isang maliit na mangkok. Itabi.

c) Gamit ang electric mixer, talunin ang mga itlog at asukal sa isang malaking mangkok sa mataas na bilis hanggang sa magaan at malambot, mga 2 minuto. Idagdag ang vanilla, pagkatapos ay idagdag ang tinunaw na tsokolate at mantikilya at talunin ng 1 hanggang 2 minuto, hanggang sa pinagsama.

d) Kuskusin ang mga gilid ng mangkok at, gamit ang isang malaking rubber spatula, ihalo ang mga tuyong sangkap hanggang sa maisama. Tiklupin ang chocolate chips. Takpan ng plastic wrap at palamigin nang hindi bababa sa 4 na oras.

e) Maglagay ng rack sa gitna ng oven at painitin ang oven sa 325°F. Iguhit ang isang baking sheet na may parchment paper.

f) Basain ang iyong mga kamay ng tubig at igulong ang kuwarta sa mga 2-pulgadang bola, ilagay ang mga ito nang humigit-kumulang 2 pulgada ang layo sa may linyang baking sheet. Magtrabaho nang mabilis, at kung nagluluto ka ng cookies sa mga batch, palamigin ang natitirang kuwarta sa pagitan ng mga round.

g) Maghurno ng 12 hanggang 13 minuto, hanggang ang mga gilid ay bahagyang tumaas at ang gitna ay halos nakatakda. Alisin mula sa oven at hayaang lumamig sa kawali nang hindi bababa sa 10 minuto, pagkatapos ay ilipat sa isang rack at hayaang lumamig nang buo.

PARA MAGTITIPON NG ICE CREAM SANDWICHES

h) Ilagay ang cookies sa isang sheet pan at i-freeze ng 1 oras. Palambutin ang 1 quart ng ice cream hanggang sa scoopable. Gusto kong panatilihin itong simple at gumamit ng Sweet Cream Ice Cream, ngunit maaari mong gamitin ang anumang lasa na gusto mo.

i) Alisin ang cookies mula sa freezer at, gumana nang mabilis, magsalok ng 2 hanggang 4 na onsa ng ice cream sa isang cookie. Pakinisin ang ice cream sa pamamagitan ng paglalagay ng isa pang cookie sa ibabaw. Ulitin.

j) Kapag natapos mo nang tipunin ang lahat ng mga sandwich, ibalik ang mga ito sa freezer nang hindi bababa sa 2 oras upang tumigas.

43. Dobleng Chocolate Sandwich

MGA INGREDIENTS:
- 1 tasang hindi pinaputi na all-purpose na harina
- 1/2 tasa ng unsweetened baking cocoa, sinala
- 1/2 kutsarita ng baking soda
- 1/4 kutsarita ng asin
- 1/4 cup nondairy chocolate chips, natunaw
- 1/2 tasa nondairy margarine, pinalambot
- 1 tasang evaporated cane sugar
- 1 kutsarita vanilla extract

MGA TAGUBILIN:
a) Painitin muna ang oven sa 325°F. Linya ang dalawang baking sheet na may parchment paper.
b) Sa isang medium na mangkok, pagsamahin ang harina, cocoa powder, baking soda, at asin. Sa isang malaking mangkok, na may electric handheld mixer, i-cream ang tinunaw na chocolate chips, margarine, asukal, at vanilla hanggang sa maayos na pagsamahin. Idagdag ang mga tuyong sangkap sa basa sa mga batch hanggang sa ganap na maisama.
c) Magsalok ng maliliit na bola ng kuwarta, na halos kasing laki ng isang malaking marmol (humigit-kumulang 2 kutsarita) sa inihandang baking sheet na mga 2 pulgada ang layo. Bahagyang grasa ang likod ng isang kutsara at dahan-dahan at pantay na pindutin ang bawat cookie hanggang sa ito ay ma-flatten at may sukat na humigit-kumulang 1-1/2 pulgada ang lapad. Maghurno ng 12 minuto, o hanggang sa maitakda ang mga gilid. Kung iluluto mo ang parehong mga sheet nang sabay, paikutin ang mga sheet sa kalahati.
d) Pagkatapos alisin sa oven, hayaang lumamig ang cookies sa kawali sa loob ng 5 minuto, pagkatapos ay ilipat sa isang wire rack. Hayaang lumamig nang buo ang cookies. Mag-imbak sa isang lalagyan ng airtight

44. Chocolate Chip Cookies

MGA INGREDIENTS:
- 2 ¼ tasa Bisquick mix
- ½ tasa ng butil na asukal
- ½ tasang brown sugar, nakaimpake
- ½ tasang unsalted butter, pinalambot
- 1 kutsarita vanilla extract
- 1 itlog
- 1 tasang chocolate chips

MGA TAGUBILIN:
a) Painitin muna ang oven sa 375°F (190°C).
b) Sa isang mixing bowl, pagsamahin ang Bisquick mix, granulated sugar, brown sugar, softened butter, vanilla extract, at itlog. Haluin hanggang sa maayos na pinagsama.
c) Haluin ang chocolate chips.
d) Ihulog ang bilugan na kutsarita ng kuwarta sa isang walang basang baking sheet.
e) Maghurno sa loob ng 8-10 minuto o hanggang ang cookies ay bahagyang ginintuang kayumanggi sa paligid ng mga gilid.
f) Hayaang lumamig ang chocolate chip cookies sa baking sheet sa loob ng ilang minuto, pagkatapos ay ilipat ang mga ito sa wire rack upang ganap na lumamig.
g) Ihain ang cookies at magsaya!

45. No-Bake Matcha White Chocolate Cookies

MGA INGREDIENTS:
- 2 tasang rolled oats
- 1 tasang puting tsokolate chips
- ½ tasang almond butter
- ¼ tasang pulot
- 1 kutsarang matcha powder
- 1 kutsarita vanilla extract

MGA TAGUBILIN:

a) Sa isang malaking mixing bowl, pagsamahin ang mga rolled oats at matcha powder.

b) Sa isang mangkok na ligtas sa microwave, tunawin ang mga puting tsokolate chips sa microwave, hinahalo tuwing 30 segundo hanggang sa makinis.

c) Magdagdag ng almond butter, honey, at vanilla extract sa tinunaw na puting tsokolate at haluin hanggang sa mahusay na pinagsama.

d) Ibuhos ang basang timpla sa mga oats at matcha, at haluin hanggang ang lahat ng mga sangkap ay pantay na pinahiran.

e) Maglagay ng mga kutsarang puno ng pinaghalong sa isang may linya na baking sheet at bahagyang patagin.

f) Palamigin ng humigit-kumulang 1 oras o hanggang itakda.

46. Cadbury at Hazelnut Cookies

MGA INGREDIENTS:
- 150g unsalted butter, pinalambot
- 150g na asukal sa caster
- 1 malaking itlog
- 1 tsp vanilla extract
- 225g self-rising na harina
- ½ tsp baking powder
- ¼ tsp asin
- 100g Cadbury chocolate chips
- 50g tinadtad na mga hazelnut

MGA TAGUBILIN:

a) Painitin muna ang oven sa 180C/160C fan/gas 4.
b) Iguhit ang isang baking sheet na may parchment paper.
c) Sa isang malaking mangkok ng paghahalo, talunin ang pinalambot na mantikilya at asukal sa caster hanggang sa maputla at mag-atas.
d) Talunin ang itlog at vanilla extract.
e) Salain ang self-rising na harina, baking powder, at asin at ihalo hanggang sa pagsamahin lamang.
f) Haluin ang Cadbury chocolate chips at tinadtad na hazelnuts.
g) Pagulungin ang timpla sa maliliit na bola at ilagay ang mga ito sa inihandang baking sheet, na magkahiwalay.
h) Maghurno para sa 12-15 minuto, o hanggang sa bahagyang ginintuang at itakda lamang.
i) Iwanan upang lumamig sa baking sheet ng 5 minuto bago ilipat sa isang wire rack upang ganap na lumamig.

47. Cake mix cookies

MGA INGREDIENTS:
- 1 pakete German Chocolate Cake Mix; may kasamang puding
- 1 tasa Semisweet Chocolate Chips
- ½ tasa Rolled Oats
- ½ tasa Mga pasas
- ½ tasa Langis ng oliba
- 2 Itlog; bahagyang pinalo

MGA TAGUBILIN:

a) Painitin ang oven sa 350 degrees.

b) Sa isang malaking mangkok, pagsamahin ang lahat ng sangkap; timpla ng mabuti. I-drop ang kuwarta sa pamamagitan ng bilugan na kutsarita na dalawang pulgada ang hiwalay sa mga walang basang cookie sheet.

c) Maghurno sa 350 degrees para sa 8-10 minuto o hanggang sa set. Cool 1 minuto; alisin sa mga cookie sheet.

48. German Cookies

MGA INGREDIENTS:
- 1 18.25-ounce na kahon ng German chocolate cake mix
- 1 tasang semisweet chocolate chips
- 1 tasang oatmeal
- ½ tasa ng langis ng oliba
- 2 itlog, bahagyang pinalo
- ½ tasang pasas
- 1 kutsarita ng vanilla

MGA TAGUBILIN:
a) Painitin ang oven sa 350°F.
b) Pagsamahin ang lahat ng sangkap. Haluing mabuti gamit ang electric mixer na nakatakda sa mababang bilis. Kung ang mga mumo ng harina ay nabuo, magdagdag ng isang dribble ng tubig.
c) I-drop ang kuwarta sa pamamagitan ng kutsara sa isang unreased cookie sheet.
d) Maghurno ng 10 minuto.
e) Palamig nang lubusan bago alisin ang mga cookies mula sa sheet at ilagay sa isang serving dish.

49. Cherry Cookies

MGA INGREDIENTS:
- 2 ¼ tasang All-purpose na harina
- ½ tasa Dutch process cocoa powder
- ½ kutsarita ng baking powder
- ½ kutsarita ng baking soda
- 1 kutsarita ng Asin
- 1 tasang unsalted butter na natunaw at pinalamig
- ¾ tasa ng brown sugar na nakabalot sa maliwanag o madilim
- ¾ tasa puting butil na asukal
- 1 kutsarita Purong vanilla extract
- 2 Malaking itlog sa temperatura ng silid
- 1 tasa puting tsokolate chips
- ½ tasa Semisweet chocolate chips
- 1 tasa sariwang seresa Hugasan, pitted, at gupitin sa quarters

MGA TAGUBILIN:

m) Matunaw ang mantikilya sa microwave at hayaan itong palamig ng 10-15 minuto hanggang sa maging temperatura ng silid. Ihanda ang mga cherry at gupitin ang mga ito sa maliliit na bahagi.

n) 1 tasang unsalted butter,1 tasang sariwang seresa

o) Painitin muna ang oven sa 350°F. Linya ang dalawang cookie sheet na may parchment paper. Itabi.

p) Sa isang medium na mangkok, paghaluin ang harina, cocoa powder, baking powder, baking soda, at asin. Itabi.

q) 2 ¼ tasa ng All-purpose na harina,½ tasa ng unsweetened cocoa powder,½ kutsarita Baking powder,½ kutsarita Baking soda,1 kutsarita Asin

r) Sa isang malaking mangkok, magdagdag ng tinunaw na mantikilya, brown sugar, asukal, banilya, at mga itlog. Gumamit ng rubber spatula para ihalo hanggang makinis.

50. Speculoos

MGA INGREDIENTS:
- 2 tasang all-purpose na harina
- ½ tasang unsalted butter, pinalambot
- ¾ tasa ng brown sugar
- 1 kutsarita ng giniling na kanela
- ½ kutsarita ng ground nutmeg
- ½ kutsarita ng giniling na luya
- ¼ kutsarita ng giniling na mga clove
- ¼ kutsarita ng ground cardamom
- ¼ kutsarita ng asin
- 1 malaking itlog

MGA TAGUBILIN:

a) Sa isang mixing bowl, haluin ang harina, giniling na kanela, nutmeg, luya, cloves, cardamom, at asin. Itabi.

b) Sa isang hiwalay na mangkok, i-cream ang pinalambot na mantikilya at brown sugar hanggang sa magaan at malambot.

c) Talunin ang itlog hanggang sa mahusay na pinagsama.

d) Dahan-dahang idagdag ang pinaghalong tuyong sangkap sa pinaghalong mantikilya.

e) Haluin hanggang sa magsama-sama ang masa.

f) Kung ang masa ay tila masyadong tuyo, maaari kang magdagdag ng isang kutsara ng gatas upang makatulong na itali ito.

g) Hugis ang kuwarta sa isang disk at balutin ito ng plastic wrap. Palamigin ang kuwarta nang hindi bababa sa 1 oras, o hanggang matigas.

h) Painitin muna ang iyong oven sa 350°F (175°C). Iguhit ang isang baking sheet na may parchment paper.

i) Sa ibabaw ng bahagyang floured, igulong ang pinalamig na kuwarta sa kapal na humigit-kumulang ¼ pulgada.

j) Gumamit ng mga cookie cutter upang gupitin ang mga gustong hugis mula sa kuwarta. Ayon sa kaugalian, ang Speculoos cookies ay hugis windmill, ngunit maaari mong gamitin ang anumang hugis na gusto mo.

k) Ilagay ang mga cut-out na cookies sa inihandang baking sheet, na nag-iiwan ng ilang espasyo sa pagitan ng bawat cookie.

l) Ihurno ang cookies sa preheated oven sa loob ng mga 10-12 minuto, o hanggang sa bahagyang ginintuang mga gilid ang mga ito.

m) Alisin ang cookies mula sa oven at hayaang lumamig sa wire rack.

n) Kapag ganap na lumamig, ang Speculoos cookies ay handa nang tangkilikin. Maaari silang maiimbak sa isang lalagyan ng airtight sa loob ng ilang araw.

o) 1 tasang unsalted butter,¾ cup Brown sugar,¾ cup White granulated sugar,1 kutsarita Purong vanilla extract,2 Malaking itlog

p) Idagdag ang mga tuyong sangkap at ihalo hanggang sa pinagsama. Ito ay magiging malambot na masa. Idagdag ang white chocolate chips, chocolate chips, at fresh cherries.

q) 1 tasang puting tsokolate chips, ½ tasa Semisweet chocolate chips, 1 tasa sariwang seresa

r) Gumamit ng malaking cookie scoop (3-ounce na cookie scoop) para sakupin ang kuwarta. Maglagay ng 6 na cookie dough ball sa bawat cookie sheet.

s) Maghurno ng isang cookie sheet sa isang pagkakataon. Maghurno ng 13-15 minuto. Habang mainit-init, itaas na may dagdag na chocolate chips at puting chocolate chips.

t) Hayaang umupo ang cookie sa mainit na kawali sa loob ng 10 minuto. Pagkatapos, ilipat sa isang cooling rack upang palamig.

51. Cornflake Chocolate Chip Cookies

MGA INGREDIENTS:
- 1 tasang unsalted butter, pinalambot
- 1 tasa ng butil na asukal
- 1 tasang naka-pack na brown sugar
- 2 malalaking itlog
- 1 kutsarita vanilla extract
- 2 tasang all-purpose na harina
- 1 kutsarita ng baking soda
- ½ kutsarita ng asin
- 2 tasang chocolate chips
- 2 tasang dinurog na cornflakes

MGA TAGUBILIN:
a) Painitin muna ang iyong oven sa 350°F (175°C). Linya ng baking sheet na may parchment paper.
b) Sa isang malaking mangkok ng paghahalo, pagsamahin ang pinalambot na mantikilya, granulated sugar, at brown sugar hanggang sa liwanag at malambot.
c) Idagdag ang mga itlog nang paisa-isa, matalo nang mabuti pagkatapos ng bawat karagdagan. Ihalo ang vanilla extract.
d) Sa isang hiwalay na mangkok, haluin ang harina, baking soda, at asin. Dahan-dahang idagdag ang mga tuyong sangkap sa mga basang sangkap at haluin hanggang sa pagsamahin lamang.
e) I-fold ang chocolate chips at durog na cornflakes.
f) Ihulog ang mga bilugan na kutsara ng kuwarta sa inihandang mga baking sheet, na pinaghiwalay ang mga ito.
g) Maghurno ng 10-12 minuto o hanggang mag-golden brown ang mga gilid.
h) Hayaang lumamig ang cookies sa mga baking sheet sa loob ng ilang minuto bago ilipat ang mga ito sa mga wire rack upang ganap na lumamig.

52. White Chocolate Cappuccino Cookies

MGA INGREDIENTS:
- 1 tasang unsalted butter, pinalambot
- 1 tasa ng butil na asukal
- 2 malalaking itlog
- 2 kutsarita ng instant coffee granules
- 2 kutsarita ng vanilla extract
- 2 ½ tasang all-purpose na harina
- ½ tasa ng pulbos ng kakaw
- 1 kutsarita ng baking soda
- ½ kutsarita ng asin
- 1 tasang puting tsokolate chips

MGA TAGUBILIN:

a) Painitin muna ang iyong oven sa 350°F (175°C) at lagyan ng parchment paper ang isang baking sheet.

b) Sa isang malaking mixing bowl, i-cream ang pinalambot na mantikilya at granulated sugar hanggang sa maging magaan at malambot.

c) Idagdag ang mga itlog nang paisa-isa, ihalo nang mabuti pagkatapos ng bawat karagdagan.

d) I-dissolve ang instant coffee granules sa isang maliit na halaga ng mainit na tubig. Idagdag ang pinaghalong kape na ito at ang vanilla extract sa mga basang sangkap. Haluin hanggang sa maayos na pinagsama.

e) Sa isang hiwalay na mangkok, haluin ang harina, cocoa powder, baking soda, at asin.

f) Dahan-dahang idagdag ang mga tuyong sangkap sa mga basang sangkap, paghahalo hanggang sa mabuo ang kuwarta.

g) Haluin ang mga puting tsokolate chips hanggang sa pantay-pantay silang maipamahagi sa masa.

h) Gamit ang isang kutsara o cookie scoop, ihulog ang mga bilugan na kutsara ng kuwarta sa inihandang baking sheet, na may pagitan ng mga 2 pulgada.

i) Bahagyang patagin ang bawat cookie gamit ang likod ng isang kutsara o ang iyong mga daliri.

j) Maghurno sa preheated oven para sa 10-12 minuto o hanggang sa ang mga gilid ay itakda at ang mga sentro ay bahagyang malambot. Mag-ingat na huwag mag-overbake.

k) Alisin ang cookies mula sa oven at hayaang lumamig ang mga ito sa baking sheet sa loob ng ilang minuto bago ilipat ang mga ito sa wire rack upang ganap na lumamig.

l) Kapag lumamig na, magpakasawa sa masarap na White Chocolate Cappuccino Cookies na ito na may kasamang tasa ng kape o cappuccino!

53. Snickers Bar Stuffed Chocolate Chip Cookies

MGA INGREDIENTS:
- 2 ½ tasang all-purpose na harina
- 1 kutsarita ng baking soda
- ½ kutsarita ng asin
- 1 tasang unsalted butter, pinalambot
- 1 tasa ng butil na asukal
- 1 tasang naka-pack na brown sugar
- 2 malalaking itlog
- 1 kutsarita vanilla extract
- 1 ½ tasang chocolate chips
- 1 tasang tinadtad na Snickers bar

MGA TAGUBILIN:
a) Painitin muna ang iyong oven sa 375°F (190°C) at lagyan ng parchment paper ang isang baking sheet.
b) Sa isang mangkok, haluin ang harina, baking soda, at asin.
c) Sa isang hiwalay na mangkok, i-cream ang pinalambot na mantikilya, granulated sugar, at brown sugar hanggang sa magaan at malambot.
d) Talunin ang mga itlog at vanilla extract hanggang sa maayos na pinagsama.
e) Dahan-dahang idagdag ang mga tuyong sangkap sa mga basang sangkap at haluin hanggang sa pagsamahin lamang.
f) I-fold ang chocolate chips at tinadtad na Snickers bars.
g) Kumuha ng humigit-kumulang 2 kutsara ng kuwarta at patagin ito sa iyong kamay. Maglagay ng maliit na piraso ng Snickers bar sa gitna at tiklupin ang kuwarta sa paligid nito upang bumuo ng bola.
h) Ilagay ang mga bola ng cookie dough sa inihandang baking sheet, na pinaghiwalay ang mga ito.
i) Maghurno ng 10-12 minuto o hanggang mag-golden brown ang mga gilid.
j) Hayaang lumamig ang cookies sa baking sheet sa loob ng ilang minuto, pagkatapos ay ilipat sa wire rack upang ganap na lumamig.

BROWNIES

54. Banana Fudge Walnut Brownies

MGA INGREDIENTS:
- 1 tasang unsalted butter
- 2 tasang granulated sugar
- 4 malalaking itlog
- 1 kutsarita vanilla extract
- 1 tasang all-purpose na harina
- ½ tasa ng unsweetened cocoa powder
- ¼ kutsarita ng asin
- 1 tasang minasa na hinog na saging (mga 2 medium na saging)
- 1 tasa tinadtad na mga walnuts
- 1 tasang semisweet chocolate chips

MGA TAGUBILIN:

a) Painitin muna ang iyong oven sa 350°F at lagyan ng grasa ang isang 9x13-inch na baking dish.

b) Sa isang mangkok na ligtas sa microwave, tunawin ang mantikilya. Idagdag ang asukal at haluin hanggang sa maayos.

c) Talunin ang mga itlog at vanilla extract hanggang sa makinis ang timpla.

d) Sa isang hiwalay na mangkok, haluin ang harina, cocoa powder, at asin. Dahan-dahang idagdag ang tuyong timpla na ito sa basang pinaghalong, haluin hanggang sa pagsamahin lamang.

e) Tiklupin ang niligis na saging, tinadtad na walnut, at chocolate chips.

f) Ibuhos ang batter sa inihandang baking dish at ikalat ito nang pantay-pantay.

g) Maghurno ng humigit-kumulang 25-30 minuto o hanggang lumabas ang isang toothpick na ipinasok sa gitna na may kasamang ilang basa-basa na mumo.

h) Hayaang lumamig nang lubusan ang brownies bago hiwain ng mga parisukat.

55. Mapait na Fudge Brownies

MGA INGREDIENTS:
- 1 tasang unsalted butter
- 8 ounces mapait na tsokolate, tinadtad
- 1 ¾ tasa ng butil na asukal
- 4 malalaking itlog
- 2 kutsarita ng vanilla extract
- 1 tasang all-purpose na harina
- ¼ tasa ng unsweetened cocoa powder
- ¼ kutsarita ng asin
- 1 tasang semisweet chocolate chips

MGA TAGUBILIN:
a) Painitin muna ang iyong oven sa 350°F at lagyan ng grasa ang isang 9x13-inch na baking dish.
b) Sa isang mangkok na ligtas sa microwave, tunawin ang mantikilya at mapait na tsokolate nang magkasama, haluin hanggang makinis.
c) Haluin ang asukal hanggang sa maayos na pagsamahin.
d) Talunin ang mga itlog, isa-isa, hanggang sa makinis ang timpla. Ihalo ang vanilla extract.
e) Sa isang hiwalay na mangkok, haluin ang harina, cocoa powder, at asin. Dahan-dahang idagdag ang tuyong timpla na ito sa basang pinaghalong, haluin hanggang sa pagsamahin lamang.
f) Tiklupin ang semisweet chocolate chips.
g) Ibuhos ang batter sa inihandang baking dish at ikalat ito nang pantay-pantay.
h) Maghurno ng humigit-kumulang 25-30 minuto o hanggang lumabas ang isang toothpick na ipinasok sa gitna na may kasamang ilang basa-basa na mumo.
i) Hayaang lumamig nang lubusan ang brownies bago hiwain ng mga parisukat.

56. Salted Caramel Fudgy Brownies

MGA INGREDIENTS:
- 1 tasang unsalted butter
- 2 tasang granulated sugar
- 4 malalaking itlog
- 1 kutsarita vanilla extract
- ¾ tasa ng pulbos ng kakaw
- 1 tasang all-purpose na harina
- ½ kutsarita ng asin
- ½ tasa ng sarsa ng karamelo
- Sea salt, para sa pagwiwisik

MGA TAGUBILIN:

a) Painitin muna ang iyong hurno sa 350°F at lagyan ng mantika ang isang baking dish.

b) Sa isang mangkok na ligtas sa microwave, tunawin ang mantikilya.

c) Sa isang mangkok ng paghahalo, pagsamahin ang tinunaw na mantikilya at butil na asukal hanggang sa maihalo.

d) Talunin ang mga itlog nang paisa-isa, pagkatapos ay idagdag ang vanilla extract.

e) Sa isang hiwalay na mangkok, haluin ang cocoa powder, harina, at asin.

f) Dahan-dahang idagdag ang mga tuyong sangkap sa basang timpla, haluin hanggang sa pagsamahin lamang.

g) Ibuhos ang kalahati ng brownie batter sa inihandang baking dish at ikalat ito nang pantay-pantay.

h) Ibuhos ang kalahati ng caramel sauce sa batter.

i) Ibuhos ang natitirang brownie batter sa ibabaw at ikalat ito nang pantay-pantay, pagkatapos ay ibuhos ang natitirang caramel sauce.

j) Gumamit ng kutsilyo para paikutin ang caramel sauce sa batter para sa marmol na epekto.

k) Budburan ng sea salt sa ibabaw.

l) Maghurno ng 25-30 minuto o hanggang lumabas ang isang toothpick na ipinasok sa gitna na may kasamang ilang basa-basa na mumo.

m) Hayaang lumamig nang lubusan ang brownies bago hiwain ng mga parisukat.

57. Chocolate Fudge Walnut Brownies

MGA INGREDIENTS:
- 1 tasang unsalted butter
- 2 tasang granulated sugar
- 4 malalaking itlog
- 1 kutsarita vanilla extract
- 1 tasang all-purpose na harina
- ¾ tasa ng pulbos ng kakaw
- ½ kutsarita ng asin
- 1 tasa tinadtad na mga walnuts

MGA TAGUBILIN:

a) Painitin muna ang iyong hurno sa 350°F at lagyan ng mantika ang isang baking dish.

b) Sa isang mangkok na ligtas sa microwave, tunawin ang mantikilya.

c) Sa isang mangkok ng paghahalo, pagsamahin ang tinunaw na mantikilya at butil na asukal hanggang sa maihalo.

d) Talunin ang mga itlog nang paisa-isa, pagkatapos ay idagdag ang vanilla extract.

e) Sa isang hiwalay na mangkok, haluin ang harina, cocoa powder, at asin.

f) Dahan-dahang idagdag ang mga tuyong sangkap sa basang timpla, haluin hanggang sa pagsamahin lamang.

g) Tiklupin ang tinadtad na mga walnut.

h) Ibuhos ang brownie batter sa inihandang baking dish at ikalat ito nang pantay-pantay.

i) Maghurno ng 25-30 minuto o hanggang lumabas ang isang toothpick na ipinasok sa gitna na may kasamang ilang basa-basa na mumo.

j) Hayaang lumamig nang lubusan ang brownies bago hiwain ng mga parisukat.

58. Raspberry Fudge Brownies

MGA INGREDIENTS:
- 1 tasang unsalted butter
- 2 tasang granulated sugar
- 4 malalaking itlog
- 1 kutsarita vanilla extract
- ¾ tasa ng pulbos ng kakaw
- 1 tasang all-purpose na harina
- ½ kutsarita ng asin
- ½ tasa ng sariwang raspberry

MGA TAGUBILIN:
a) Painitin muna ang iyong hurno sa 350°F at lagyan ng mantika ang isang baking dish.
b) Sa isang mangkok na ligtas sa microwave, tunawin ang mantikilya.
c) Sa isang mangkok ng paghahalo, pagsamahin ang tinunaw na mantikilya at butil na asukal hanggang sa maihalo.
d) Talunin ang mga itlog nang paisa-isa, pagkatapos ay idagdag ang vanilla extract.
e) Sa isang hiwalay na mangkok, haluin ang cocoa powder, harina, at asin.
f) Dahan-dahang idagdag ang mga tuyong sangkap sa basang timpla, haluin hanggang sa pagsamahin lamang.
g) Dahan-dahang tiklupin ang mga sariwang raspberry.
h) Ibuhos ang brownie batter sa inihandang baking dish at ikalat ito nang pantay-pantay.
i) Maghurno ng 25-30 minuto o hanggang lumabas ang isang toothpick na ipinasok sa gitna na may kasamang ilang basa-basa na mumo.
j) Hayaang lumamig nang lubusan ang brownies bago hiwain ng mga parisukat.

59. Espresso Fudge Brownies

MGA INGREDIENTS:
- 1 tasang unsalted butter
- 2 tasang granulated sugar
- 4 malalaking itlog
- 1 kutsarita vanilla extract
- ¾ tasa ng pulbos ng kakaw
- 1 tasang all-purpose na harina
- ½ kutsarita ng asin
- 2 kutsarang instant espresso powder

MGA TAGUBILIN:

a) Painitin muna ang iyong hurno sa 350°F at lagyan ng mantika ang isang baking dish.

b) Sa isang mangkok na ligtas sa microwave, tunawin ang mantikilya.

c) Sa isang mangkok ng paghahalo, pagsamahin ang tinunaw na mantikilya at butil na asukal hanggang sa maihalo.

d) Talunin ang mga itlog nang paisa-isa, pagkatapos ay idagdag ang vanilla extract.

e) Sa isang hiwalay na mangkok, haluin ang cocoa powder, harina, asin, at instant espresso powder.

f) Dahan-dahang idagdag ang mga tuyong sangkap sa basang timpla, haluin hanggang sa pagsamahin lamang.

g) Ibuhos ang brownie batter sa inihandang baking dish at ikalat ito nang pantay-pantay.

h) Maghurno ng 25-30 minuto o hanggang lumabas ang isang toothpick na ipinasok sa gitna na may kasamang ilang basa-basa na mumo.

i) Hayaang lumamig nang lubusan ang brownies bago hiwain ng mga parisukat.

60. Red Velvet Fudge Brownies

MGA INGREDIENTS:
- 1 tasang unsalted butter, natunaw
- 2 tasang granulated sugar
- 4 malalaking itlog
- 2 kutsarita ng vanilla extract
- 2 kutsarang pulang pangkulay ng pagkain
- 1 ½ tasang all-purpose na harina
- ¼ tasa ng unsweetened cocoa powder
- ¼ kutsarita ng asin
- 1 tasang semisweet chocolate chips
- ½ tasang tinadtad na mga walnut o pecan (opsyonal)

CREAM CHEESE SWIRL:
- 8 ounces ng cream cheese, pinalambot
- ¼ tasa ng butil na asukal
- 1 malaking itlog
- ½ kutsarita vanilla extract

MGA TAGUBILIN:

a) Painitin muna ang iyong oven sa 350°F at lagyan ng grasa ang isang 9x13-inch na baking dish.

b) Sa isang malaking mangkok ng paghahalo, pagsamahin ang tinunaw na mantikilya at butil na asukal, at ihalo hanggang sa mahusay na pinagsama.

c) Idagdag ang mga itlog nang paisa-isa, ihalo nang mabuti pagkatapos ng bawat karagdagan. Pagkatapos, haluin ang vanilla extract at red food coloring hanggang sa pantay-pantay.

d) Sa isang hiwalay na mangkok, haluin ang harina, cocoa powder, at asin. Dahan-dahang idagdag ang mga tuyong sangkap sa mga basang sangkap, paghahalo hanggang sa pagsamahin lamang. Mag-ingat na huwag mag-overmix.

e) Tiklupin ang chocolate chips at tinadtad na mani (kung ginagamit) sa batter.

f) Sa isang maliit na mangkok, ihanda ang cream cheese swirl sa pamamagitan ng paghaluin ang pinalambot na cream cheese, granulated sugar, itlog, at vanilla extract hanggang sa makinis.

g) Ibuhos ang humigit-kumulang dalawang-katlo ng brownie batter sa greased baking dish at ikalat ito nang pantay-pantay.

h) Maglagay ng mga kutsara ng cream cheese swirl mixture sa ibabaw ng brownie batter. Gumamit ng kutsilyo o toothpick upang dahan-dahang iikot ang cream cheese sa batter.

i) Ibuhos ang natitirang brownie batter sa cream cheese swirl at ikalat ito nang pantay-pantay upang takpan.

j) Maghurno sa preheated oven para sa mga 30-35 minuto, o hanggang sa lumabas ang isang toothpick na ipinasok sa gitna na may ilang basa-basa na mumo. Iwasang mag-overbaking para panatilihing malabo ang brownies.

k) Alisin ang brownies mula sa oven at hayaang ganap na lumamig sa baking dish.

l) Kapag lumamig, gupitin sa mga parisukat at ihain.

BAGEL SANDWICHES

61.Abukado Bagel Sandwich

MGA INGREDIENTS:
- Cream cheese
- ¼ tasa ng coconut cream
- 2 kutsarang lemon juice
- 1 tasang hilaw na kasoy, ibinabad
- 1 kutsarita ng sibuyas na pulbos
- 2 kutsarita ng puting suka
- 3 scallions, tinadtad
- ¼ kutsarita ng asin
- Bagel sandwich
- 1 bagel na nakabatay sa halaman
- ⅓ abukado, binalatan, pitted, at minasa
- ⅓ katamtamang pipino na binalatan at hiniwa
- 2 kutsarang dairy-free scallion cream cheese
- ¼ tasang hilaw na spinach

MGA TAGUBILIN:

a) Kung hindi mo agad nababad ang iyong mga kasoy, bigyan sila ng isang instant na pagbabad sa pamamagitan ng paglalagay sa mga ito sa isang palayok ng kumukulong tubig, patayin ang apoy, at ibabad sa loob ng 30 minuto.

b) Hugasan ng maigi ang mga kasoy at alisan ng tubig.

c) Paghaluin ang cashews, coconut cream, white vinegar, lemon juice, asin, pulbos ng sibuyas, at scallion sa isang food processor.

d) Iproseso nang hindi bababa sa 30 segundo at pukawin ang pinaghalong para sa 1 hanggang 3 minuto, o hanggang ito ay makinis.

e) I-toast ang bagel at ilapat ang dairy-free cream cheese sa magkabilang panig.

f) Sa isang gilid, i-layer ang mga pipino, pagkatapos ay itaas ang mashed avocado.

g) Ilagay ang spinach sa ibabaw ng avocado, kasunod ang kalahati ng bagel.

62. Pinausukang turkey bagel sandwich

MGA INGREDIENTS:
- 2 hiwa Pinausukang Dibdib ng Turkey
- 2 hiwa Tomato O Green Bell Pepper Rings
- 1 slice ng Cheddar Cheese
- 1 May lasa na Bagel
- Cut-rite Wax Paper

MGA TAGUBILIN:

a) Ilagay ang dibdib ng pabo, kamatis o berdeng paminta, at keso sa ilalim na kalahati ng bagel.

b) Ilagay ang tuktok sa isang bagel at gupitin ang sandwich sa kalahati.

c) Ilagay ang mga halves ng sandwich sa gitna ng isang sheet ng wax paper.

d) Para balutin, pagsamahin ang magkabilang gilid ng wax paper at tiklupin nang mahigpit. Tiklupin ang mga dulo ng wax paper sa ilalim ng sandwich.

e) Para magpainit, microwave sa HIGH hanggang sa mainit ang sandwich, 30 segundo hanggang 1 minuto.

63. Almusal Bagel na may maanghang na microgreens

MGA INGREDIENTS:
- Isa sariwa Bagel
- A paglaganap ng microgreen pesto
- A kakaunti Deli mga hiwa ng pabo, ham, manok
- A dakot ng spicy mix microgreens
- A mag-asawa ng mga hiwa ng keso
- A kakaunti mga piraso ng litsugas

IBA MGA TOPPING:
- Abukado
- Pula Sibuyas
- Kamatis

MGA TAGUBILIN:

a) Kunin iyong bagel palabas, hiwain ito sa kalahati, at toast ito. Hayaan ito malamig pababa.

b) Kunin palabas iyong paglaganap ng pagpili at lugar ito sa pareho panig ng ang bagel.

c) Ilagay iyong vegan Deli karne sa ang ibaba.

d) Layer ilang microgreens.

e) Balanse iyong vegan keso sa itaas ng ito.

f) Susunod darating bilang magkano litsugas bilang grabidad nagpapahintulot.

g) Pagkatapos takip ito off kasama ang itaas ng ang bagel at enjoy!

64. Mabilis na Bagel Omelet Sandwich

MGA INGREDIENTS:
- ¼ tasa ng pinong tinadtad na sibuyas
- 1 kutsarang mantikilya
- 4 na itlog
- ¼ tasa tinadtad na kamatis
- ⅛ kutsarita ng asin
- ⅛ kutsarita ng mainit na sarsa ng paminta
- 4 na hiwa ng Jones Canadian Bacon
- 4 na simpleng bagel, hatiin
- 4 na hiwa na pinrosesong American cheese

MGA TAGUBILIN:

a) Igisa ang sibuyas sa isang malaking kawali na may mantikilya hanggang malambot. Haluin ang sarsa ng paminta, asin, kamatis, at itlog. Ilipat ang pinaghalong itlog sa kawali. (Ang timpla ay dapat na itakda kaagad sa mga gilid.)

b) Habang nakatakda ang mga itlog, hayaang dumaloy ang hilaw na bahagi sa ilalim sa pamamagitan ng pagtulak sa mga nilutong gilid patungo sa gitna. Lutuin hanggang maluto ang mga itlog. Samantala, microwave bacon at kung ninanais, toast bagel.

c) Ilagay ang keso sa ilalim ng bagel. Hatiin ang omelet sa ikaapat na bahagi.

d) Ihain kasama ang bacon sa mga bagel.

65. Naninigarilyo salmon mini-bagel bar

MGA INGREDIENTS:
- ¼ cup ⅓-less-fat cream cheese, sa temperatura ng kuwarto
- 1 berdeng sibuyas, hiniwa ng manipis
- 1 kutsarang tinadtad na sariwang dill
- 1 kutsarita gadgad na lemon zest
- ¼ kutsarita ng bawang pulbos
- 4 buong trigo mini bagel
- 8 onsa ng pinausukang salmon
- ½ tasa ng manipis na hiniwang English cucumber
- ½ tasa ng manipis na hiniwang pulang sibuyas
- 2 plum tomatoes, hiniwa ng manipis
- 4 na kutsarita ng capers, pinatuyo at binanlawan

MGA TAGUBILIN:
a) Sa isang maliit na mangkok, pagsamahin ang cream cheese, berdeng sibuyas, dill, lemon zest, at pulbos ng bawang.

b) Ilagay ang pinaghalong keso, bagel, salmon, pipino, sibuyas, kamatis, at caper sa mga lalagyan ng paghahanda ng pagkain at magdagdag ng mga lemon wedge, kung ninanais. Ang mga ito ay nakatago sa refrigerator nang hanggang 2 araw.

66.Itim kagubatan Bagel

MGA INGREDIENTS:
- 1 lahat ng bagel
- 2 kutsarang cream cheese
- ½ tasang pitted at tinadtad na dark cherries
- ¼ tasa ng mini chocolate chips

MGA TAGUBILIN:
a) I-toast ang lahat ng bagel ayon sa gusto mo.
b) Ikalat ang cream cheese sa bagel at itaas na may tinadtad na cherry at mini chocolate chips.

67.Bagel na pinahiran ng hipon

MGA INGREDIENTS:
- 2 berdeng sibuyas
- 4 ounces Latang maliliit na hipon
- ¼ tasa ng kulay-gatas
- 2 kutsarita Lemon juice
- ¼ kutsarita ng Worcestershire sauce
- ¾ tasa tinadtad na cheddar
- 10 mini bagel, hinati at toasted

MGA TAGUBILIN:

a) Hiwain ang mga sibuyas, inireserba ang hiniwang berdeng tuktok. Pagsamahin ang hipon, kulay-gatas, hiwa ng puting sibuyas, lemon juice, Worcestershire, at ½ c. keso.

b) Ikalat ang isang bilugan na kutsarita ng pinaghalong hipon sa gilid ng hiwa ng bawat bagel.

c) Budburan ang natitirang keso sa ibabaw. Ayusin ang mga bagel sa isang lightly greased baking sheet. Maghurno, walang takip, sa isang 400-degree na oven sa loob ng 5-10 min., o hanggang sa uminit. Itaas na may berdeng sibuyas.

68.Puffy crab meat at itlog sa mga bagel

MGA INGREDIENTS:
- Nonstick cooking spray
- ½ kutsarita Mantikilya
- 2½ kutsarang tinadtad na berdeng sibuyas
- 1 kutsarang tinadtad na berdeng paminta
- 1½ kutsarang tinadtad na kamatis
- 1 lata Crab meat (6 ounces), pinatuyo
- 1 Bagel
- 1 puti ng itlog
- ½ tasang nonfat egg substitute (katumbas ng 2 itlog)
- Asin at paminta

MGA TAGUBILIN:

a) Pagwilig ng isang maliit na kawali na may nonstick cooking spray. Magdagdag ng mantikilya at matunaw sa katamtamang init.

b) Magdagdag ng 2 kutsarang berdeng sibuyas, kampanilya, at 1 kutsarang kamatis, pagkatapos ay igisa hanggang lumambot, 2 hanggang 3 minuto.

c) Magdagdag ng karne ng alimango at igisa hanggang sa uminit, mga 1 minuto. Hatiin ang bagel sa kalahati at simulan itong i-toast.

d) Talunin ang puti ng itlog hanggang sa matigas ngunit hindi matuyo. I-fold ang egg substitute sa pinalo na puti ng itlog hanggang sa maghalo.

e) Banayad na timplahan ng asin at paminta sa panlasa. Ibuhos ang pinaghalong itlog sa pinaghalong alimango sa kawali.

f) Lutuin at haluin tulad ng para sa piniritong itlog, dahan-dahang haluin hanggang sa maluto ang itlog.

g) Alisin ang bagel mula sa toaster at kutsara ang mga itlog sa mga bahagi ng bagel.

h) Budburan ng natitirang ½ kutsarita na tinadtad na kamatis at berdeng sibuyas para palamuti.

69. Avocado at Bacon Bagel

MGA INGREDIENTS:
- 1 simpleng bagel
- 2 hiwa ng bacon, niluto at tinadtad
- 1 abukado, minasa
- ¼ tasa tinadtad na sariwang cilantro
- 1 kutsarang katas ng kalamansi
- Asin at paminta para lumasa

MGA TAGUBILIN:

a) Painitin muna ang oven sa 350°F (175°C).

b) Hatiin ang bagel sa kalahati at guwangin ang gitna ng bawat kalahati, mag-iwan ng makapal na hangganan sa paligid ng mga gilid.

c) Sa isang maliit na mangkok, paghaluin ang minasa na avocado, tinadtad na cilantro, katas ng kalamansi, asin, at paminta hanggang sa maayos na pagsamahin.

d) Ikalat ang pinaghalong avocado nang pantay-pantay sa mga hollowed-out na mga bahagi ng bagel.

e) Iwiwisik ang tinadtad na bacon sa ibabaw ng avocado.

f) Ilagay ang stuffed bagel halves sa isang baking sheet at maghurno sa preheated oven sa loob ng 10-12 minuto o hanggang uminit.

MGA HALONG NUT AT BINHI

70. Furikake Chex Mix

MGA INGREDIENTS:
- 1 kahon ng Wheat Chex
- 1 kahon ng Corn Chex
- 1 kahon Honeycomb cereal
- 1 bag (anumang laki) Fritos
- 1 bag (anumang laki) Bugles
- 1 bag (anumang laki at hugis) pretzel
- 1 tasang mantikilya
- ½ tasa Karo Syrup (o pulot)
- ⅔ tasa ng asukal
- ⅔ tasa ng langis ng gulay
- 2 kutsarang toyo
- 1 bote ng Nori Goma Furikake

MGA TAGUBILIN:

a) Painitin muna ang oven sa 250F.

b) Sa dalawang malalaking kawali, hatiin ang Wheat (o Rice) Chex, Corn Chex, Honeycomb cereal, Bugles, Fritos, at Pretzels, nang pantay-pantay sa pagitan ng dalawang kawali. Itabi.

c) Ngayon gawin ang syrup. Matunaw ang mantikilya sa isang kasirola. Kapag natunaw, idagdag ang Karo Syrup (o pulot), asukal, langis ng gulay, at toyo. Haluin upang ihalo.

d) Ibuhos ang syrup sa dalawang kawali ng chex mix, siguraduhing hatiin nang pantay ang syrup sa pagitan ng dalawang kawali. Gamit ang dalawang malaking kutsara/spatula, ihagis ang chex mix hanggang ang lahat ng piraso ay pantay na nababalot ng syrup.

e) Pagkatapos ay ibuhos ang buong bote ng Nori Goma Furikake, hatiin sa pagitan ng dalawang kawali. Haluin hanggang ang furikake ay halo-halong pantay.

f) Maghurno sa 250F sa loob ng 1 oras. Ilabas ang kawali tuwing 15 minuto para ihagis/halo para masiguradong pantay ang pagkaluto nito.

g) Alisin mula sa oven, hayaang lumamig. Pagkatapos ay hatiin sa mga bag/lalagyan at ibahagi.

71. Pink Lemon ade Chex Mix

MGA INGREDIENTS:
- 9 tasa ng Rice Chex
- 1 ½ tasa puting tsokolate chips
- ¼ tasa ng unsalted butter
- 4 kutsarita ng lemon zest
- 2 kutsarang lemon juice
- 2 patak ng kulay rosas na pangkulay ng pagkain
- 2 tasang powdered sugar

MGA TAGUBILIN:

a) Ibuhos ang cereal sa isang malaking mangkok at pagkatapos ay itabi.

b) Sa microwave-safe na lalagyan, idagdag ang puting chocolate chips, butter, lemon zest, food coloring, at lemon juice.

c) Matunaw sa microwave sa loob ng isang minuto, pagkatapos ay ihalo.

d) Panatilihin ang pagtunaw para sa karagdagang 30 segundong pagitan hanggang sa ganap na makinis kapag hinalo.

e) Ibuhos ang natunaw na timpla sa cereal at dahan-dahang haluin hanggang ang cereal ay pantay na pinahiran.

f) Ilipat ang cereal sa isang gallon na Ziploc bag.

g) Idagdag ang pulbos na asukal at iling, iling, iling ang iyong tagagawa ng pera.

72. Barbecue munch mix

MGA INGREDIENTS:
- ½ tasang butil ng mais
- 1 tasang Cheerios
- 1 tasa na Laki ng Kutsara na Ginutay-gutay na Trigo
- 1 tasang Corn Chex o corn bran
- 1 tasang Pretzel
- ½ tasang pinatuyong inihaw na mani
- ½ tasa ng sunflower seeds
- 1 kutsarang mantikilya o margarin
- 1 kutsarita ng giniling na sili
- 1 kutsarita ng Paprika
- 1 kutsarita na giniling na oregano
- 1 tasa ng sesame sticks
- 1 kutsarang Worcestershire sauce
- 1 kutsarita ng Tabasco sauce

MGA TAGUBILIN:
a) Painitin muna ang grill sa 350 degrees.
b) Sa isang malaking mixing bowl, pagsamahin ang mga cereal, pretzel, almond, at buto.
c) Sa isang maliit na ulam, pagsamahin ang mantikilya, Worcestershire, chili powder, oregano, paprika, at Tabasco.
d) Pukawin ang sarsa sa pinaghalong cereal nang lubusan.
e) Ikalat sa isang kawali at lutuin ng 15 minuto, haluin nang dalawang beses. Hayaang lumamig.
f) Pagsamahin ang mga butil ng mais at linga at ihain.

73.Red Velvet Party Mix

MGA INGREDIENTS:
- 6 tasang Chocolate cereal
- ½ tasang naka-pack na brown sugar
- ⅓ tasa ng mantikilya
- 3 kutsarang corn syrup
- 1 patak ng pulang gel na kulay ng pagkain
- 1 tasang Food Cake Mix
- ½ tasa creamy cream cheese frosting

MGA TAGUBILIN:

e) Sa isang malaking microwavable bowl, ilagay ang cereal; itabi.

f) Sa isang medium na microwavable na mangkok, ang microwave brown sugar, butter, corn syrup, kulay ng pagkain, at halo ng cake na natuklasan sa High.

g) Agad na ibuhos sa ibabaw ng cereal; haluin hanggang mabalot ng mabuti.

h) Ikalat sa waxed paper. Palamig ng 5 minuto.

i) Sa isang maliit na microwavable bowl, ilagay ang frosting; microwave na walang takip sa High sa loob ng 20 segundo.

j) Ibuhos ang pinaghalong cereal. Mag-imbak nang maluwag na natatakpan.

74. Asian Fusion Party Mix

MGA INGREDIENTS:
- 6 na tasa ng popcorn
- 2 tasang bite-size na malulutong na Konjac rice breakfast cereal squares
- 1 tasang unsalted roasted cashews o mani
- 1 tasa ng maliliit na pretzel
- 1 tasang wasabi peas
- $1/4$ tasa ng vegan margarine
- 1 kutsarang toyo
- 1/2 kutsarita bawang asin
- 1/2 kutsarita na tinimplahan ng asin

MGA TAGUBILIN:

a) Painitin muna ang oven sa 250°F. Sa isang 9 x 13-inch baking pan, pagsamahin ang popcorn, cereal, cashews, pretzels, at peas.

b) Sa isang maliit na kasirola, pagsamahin ang margarine, toyo, asin ng bawang, at asin. Magluto, pagpapakilos, sa katamtamang init hanggang sa matunaw ang margarine, mga 2 minuto. Ibuhos ang pinaghalong popcorn, haluing mabuti. Maghurno para sa 45 minuto, pagpapakilos paminsan-minsan. Palamig nang lubusan bago ihain.

75.Chex maputik mga kaibigan

MGA INGREDIENTS:
- 9 tasang Chex brand cereal
- 1 tasa Semi-Sweet Chocolate Chips
- ½ tasa ng Peanut Butter ni REESE
- ¼ tasa Margarine o mantikilya
- 1 kutsarita Vanilla extract
- 1½ tasang Powdered Sugar

MGA TAGUBILIN:
a) Ibuhos ang mga cereal sa isang malaking mangkok; itabi.
b) Sa isang 1-quart microwave-safe bowl, pagsamahin ang HERSHEY'S Chocolate Chips, REESE'S Peanut Butter, at margarine. Microwave sa HIGH sa loob ng 1 hanggang 1½ minuto o hanggang makinis, hinahalo pagkatapos ng 1 minuto
c) Haluin ang vanilla.
d) Ibuhos ang pinaghalong tsokolate sa ibabaw ng mga cereal, pagpapakilos hanggang ang lahat ng mga piraso ay pantay na pinahiran.
e) Ibuhos ang pinaghalong cereal sa isang malaking GLAD-LOCK na resealable na plastic bag na may C&H Powdered Sugar.
f) Seal secured at iling hanggang sa lahat ng mga piraso ay mahusay na pinahiran.
g) Ikalat sa waxed paper para lumamig.

76. Red Velvet Puppy Chow

MGA INGREDIENTS:
- 15.25 ounces red velvet cake mix
- 1 tasang may pulbos na asukal
- 12 ounces puting tsokolate
- 8 ounces ng semi-sweet chocolate
- 2 tablespoons mabigat na cream, temperatura ng kuwarto
- 12 ounces ng Chex cereal
- 10 ounces M&M's
- ⅛ Mga sprinkle na kulay tasa

MGA TAGUBILIN:

a) Painitin muna ang iyong oven sa 350°F.

b) Ikalat ang red velvet cake mix sa isang baking sheet na nilagyan ng parchment paper.

c) Maghurno sa oven sa loob ng 5-8 minuto.
Alisin mula sa oven at hayaang lumamig.

d) Idagdag ang cake mix at powdered sugar sa isang resealable na bag at iling upang ihalo nang mabuti. Ilagay sa isang tabi.

e) Sa isang mangkok, hatiin ang tsokolate pagkatapos ay painitin sa microwave sa 30 segundong mga dagdag, haluin sa pagitan, hanggang sa ganap na matunaw ang tsokolate.

f) Haluin ang cream.

g) Idagdag ang Chex cereal sa isa pang malaking mixing bowl at ibuhos ang tsokolate sa ibabaw.

h) Maingat na paghaluin ang cereal kasama ang tsokolate hanggang sa pantay na pinahiran pagkatapos, nagtatrabaho sa mga batch, idagdag ang cereal na natatakpan ng tsokolate sa bag na may pinaghalong cake at asukal at iling hanggang sa ganap na pinahiran.

i) Alisin ang mga piraso ng cereal sa isang baking sheet na nilagyan ng parchment paper.

j) Ulitin ang natitirang cereal, pagkatapos ay hayaang matuyo ang mga piraso nang halos isang oras.

k) Ihalo sa M&Ms at sprinkles at ilagay sa isang mangkok para ihain.

77. Spicy BBQ Party Mix

MGA INGREDIENTS:
- 3 tasang mais Chex cereal
- 3 tasang kanin Chex cereal
- 1 tasang pretzel sticks
- 1 tasang honey roasted peanuts
- 2 kutsarang Worcestershire sauce
- 2 kutsarang mainit na sarsa
- 1 kutsarang pinausukang paprika
- 1 kutsarang pulbos ng bawang
- 1 kutsarang sibuyas na pulbos
- ½ tasa ng sarsa ng BBQ

MGA TAGUBILIN:

a) Painitin muna ang oven sa 250°F (120°C).

b) Sa isang malaking mangkok, paghaluin ang mga cereal, pretzel, at mani.

c) Sa isang hiwalay na mangkok, haluin ang Worcestershire sauce, mainit na sarsa, pinausukang paprika, pulbos ng bawang, pulbos ng sibuyas, at sarsa ng BBQ.

d) Ibuhos ang pinaghalong sarsa sa pinaghalong cereal at haluin hanggang ang lahat ay pantay na pinahiran.

e) Ikalat ang pinaghalong sa isang baking sheet at maghurno ng 1 oras, pagpapakilos tuwing 15 minuto.

f) Hayaang lumamig bago ihain.

MGA DONUTS

78.Tira misu Donuts

MGA INGREDIENTS:
PARA SA YEAST DONUTS
- ½ tasang mainit na tubig
- 2 at ¼ kutsarita ng aktibong dry yeast
- ½ tasa ng mainit na buttermilk
- 1 malaking itlog, pinalo
- ¼ tasa ng tinunaw na mantikilya
- ¼ tasa ng asukal
- ½ kutsarita ng asin
- 3 tasang all-purpose na harina, dagdag pa para sa pagmamasa

PARA SA COFFEE CREAM FILLING
- ¾ tasa ng whipping cream, malamig
- ½ tasang may pulbos na asukal
- 1 kutsarita ng vanilla
- ¾ tasa ng mascarpone cheese
- 2 tablespoons brewed coffee, malamig

PARA SA WHITE CHOCOLATE GLAZE
- 150 gramo ng puting tsokolate
- 4 na kutsarang whipping cream
- cocoa powder para sa pag-aalis ng alikabok sa tuktok ng mga donut

MGA TAGUBILIN:

a) Sa isang mixing bowl, idagdag ang maligamgam na tubig. Budburan ang lebadura at humigit-kumulang 1 kutsarita ng asukal. Hayaang umupo ang halo na ito ng 5-7 minuto, o hanggang sa mabula. Idagdag ang buttermilk, itlog, tinunaw na mantikilya, natitirang asukal, at asin. Haluin ang lahat gamit ang isang kahoy na kutsara hanggang sa lahat ay maisama.

b) Magdagdag ng 3 tasa ng harina, isang tasa sa isang pagkakataon, at pukawin hanggang ang timpla ay magsimulang bumuo ng isang malabo na masa. Ipagpatuloy ang paghahalo hanggang sa mabuo ang maluwag na masa sa gitna.

c) Alikabok ng harina ang malinis na working surface. Baliktarin ang kuwarta at masahin hanggang sa maging makinis at nababanat ang kuwarta, lagyan ng alikabok ang iyong mga kamay at tabunan ng harina kung kinakailangan. Upang subukan ito, kumuha ng isang maliit na bahagi ng kuwarta sa iyong kamay, at iunat ito gamit ang iyong mga daliri upang bumuo ng isang parisukat. Ang kuwarta ay dapat bumuo ng isang translucent film sa gitna. Ito ay kilala rin bilang ang Window Pane test. Hugis bola ang minasa na masa. Ilagay ito sa isang mangkok at takpan ito ng malinis na tuwalya. Hayaang tumaas ito ng 1 at ½ hanggang 2 oras, o hanggang dumoble ang laki. Samantala, gupitin ang 12-14 na piraso ng square parchment paper na mga 4-5 pulgada.

d) Kapag bumangon, dahan-dahang i-deflate ang kuwarta. Sa ibabaw ng bahagyang harina, igulong ang isang bahagi ng kuwarta sa isang magaspang na parihaba na ½ pulgada ang kapal. Gamit ang isang cookie cutter na 3 pulgada ang diyametro, gupitin ang pinakamaraming bilog hangga't maaari mula sa kuwarta. Ulitin sa kabilang kalahati ng kuwarta.

e) Ilagay ang bawat hugis na kuwarta sa isang parisukat na parchment paper at ayusin ang mga ito sa isang malaking baking tray. Maluwag na takpan ang kawali gamit ang isang malinis na tuwalya sa kusina at hayaan itong bumangon muli sa loob ng 30-40 minuto o hanggang malambot at mabulaklak.

f) Painitin muna ang humigit-kumulang 3-4 pulgada ng langis ng canola sa isang malawak na makapal na ilalim na kawali. Kapag ang mantika ay umabot na sa 350 F, ibaba ang 2-3 donut sa isang pagkakataon, maingat na ilalabas ang mga ito mula sa parchment paper, at iprito hanggang ginintuang sa bawat panig, mga 1-3 minuto sa kabuuan. Mabilis na kayumanggi ang mga donut, kaya bantayan silang mabuti. Patuyuin ang piniritong donut sa isang rack na nasa ibabaw ng baking sheet na nilagyan ng paper towel. Hayaang lumamig nang lubusan ang mga ito bago punan.

GAWIN MO ANG TIRAMISU FILLING

g) Sa mangkok ng stand mixer, pagsamahin ang whipping cream, powdered sugar, at vanilla extract. Talunin ang pinaghalong gamit ang whisk attachment hanggang sa makapal at malambot. Idagdag ang mascarpone cheese at ang malamig na kape at talunin lamang hanggang sa pinagsama.

h) Ilipat ang cream sa isang piping bag na nilagyan ng attachment o sa isang cookie press na may filler attachment.

i) Gamit ang isang daliri o ang piping attachment, gumawa ng butas sa gilid ng isang donut. Gamitin ang iyong mga daliri upang gumawa ng ilang guwang na espasyo sa loob ng donut sa pamamagitan ng pagwawalis ng paggalaw sa loob. I-pipe ang ilang tiramisu cream sa loob hanggang sa lumawak ang mga donut.

GUMAGAWA NG WHITE CHOCOLATE GLAZE

j) Gupitin ang tsokolate sa maliliit na piraso at ilagay ito sa isang malawak na mangkok na hindi tinatablan ng init. Ibuhos ang whipping cream sa isang mangkok na ligtas sa microwave at painitin ito sa microwave hanggang sa magsimulang bumula ang mga gilid ng mga 15-30 segundo

79. Mini Ricotta Donuts na Nilagyan ng Nutella

MGA INGREDIENTS:
- Canola oil (para sa deep frying)
- ¾ tasa ng all-purpose na harina
- 2 kutsarita ng baking powder
- ¼ kutsarita ng asin
- 1 tasang ricotta cheese
- 2 malalaking itlog
- 2 kutsarang butil na asukal
- 2 kutsarita vanilla extract
- ½ tasa ng Nutella
- Icing sugar (opsyonal)

MGA TAGUBILIN:

a) Sa isang maliit na mangkok, haluin ang harina, baking powder, at asin; itabi.

b) Sa isang malaking mangkok ng paghahalo, talunin ang ricotta cheese, itlog, asukal, at banilya. Idagdag ang mga tuyong sangkap at ihalo hanggang sa maayos na pagsamahin.

c) Ibuhos ang langis ng canola sa isang malalim, mabigat na ilalim na palayok, mga 1½ pulgada ang lalim. Mag-init ng mantika sa humigit-kumulang 370°F, gamit ang deep-frying thermometer.

d) Dahan-dahang ihulog ang mga bola ng batter na kasing laki ng kutsara sa mantika, na bumaba nang maayos upang makuha ang pinakamabilog na bola na posible. Magprito ng 4-5 nang paisa-isa, paminsan-minsan, hanggang sa ginintuang, 3-4 minuto. Gamit ang mga sipit, ilipat ang mga donut sa isang tuwalya ng papel upang maubos. Ulitin hanggang maubos ang batter. Hayaang lumamig ang mga donut hanggang sa madaling hawakan.

e) Ilipat ang Nutella sa isang syringe o piping bag na may mahaba at matulis na dulo. Maaaring makatulong na painitin muna ang Nutella sa microwave nang humigit-kumulang 30 segundo. Gumawa ng maliit na butas sa mga donut, pagkatapos ay ipasok ang syringe at punuin ng Nutella. Mag-iiba-iba ang mga halaga, ngunit dapat kang magkaroon ng magandang pakiramdam kung magkano ang Nutella sa bawat isa. Ulitin sa lahat ng mga donut.

f) Budburan ng icing sugar, kung gusto, at ihain.

80. Cheddar at Jalapeño Cheese Donuts

MGA INGREDIENTS:
- 2 tasang all-purpose na harina
- 1 kutsarang baking powder
- ½ kutsarita ng asin
- ¼ tasa unsalted butter, natunaw
- 1 tasang gatas
- 2 malalaking itlog
- ½ tasang ginutay-gutay na cheddar cheese
- ¼ tasa ng adobo na jalapeño, tinadtad

MGA TAGUBILIN:

a) Painitin muna ang oven sa 375°F (190°C) at lagyan ng mantika ang isang donut pan na may cooking spray.

b) Sa isang mixing bowl, haluin ang harina, baking powder, at asin.

c) Sa isang hiwalay na mangkok, paghaluin ang tinunaw na mantikilya, gatas, at mga itlog.

d) Idagdag ang mga basang sangkap sa mga tuyong sangkap at haluin hanggang sa mahusay na pinagsama.

e) Tiklupin ang ginutay-gutay na cheddar cheese at tinadtad na jalapeño.

f) Ilagay ang batter sa inihandang donut pan, punan ang bawat amag na halos ¾ na puno.

g) Maghurno ng 12-15 minuto o hanggang sa maging golden brown ang mga donut.

h) Alisin sa oven at hayaang lumamig ng 5 minuto bago alisin sa kawali.

81. Apple Cider Paleo Donuts

MGA INGREDIENTS:
- ½ kutsarita ng kanela
- ½ kutsarita ng baking soda
- ⅛ kutsarita ng asin sa dagat
- 2 itlog
- ilang patak ng stevia liquid
- ½ tasang harina ng niyog
- 2 kutsarang almond oil
- ½ tasa ng mainit na apple cider
- 2 kutsarang ghee, natunaw - para sa patong

CINNAMON SUGAR
- ½ tasa ng butil na asukal sa niyog
- 1 kutsarang kanela

MGA TAGUBILIN:
a) Painitin muna ang gumagawa ng donut.
b) Pagsamahin ang coconut flour, baking soda, cinnamon, at asin.
c) Talunin ang mga itlog, mantika, at stevia sa isa pang mangkok.
d) Paghaluin ang mga tuyong sangkap sa mga basang sangkap kasama ang apple cider.
e) I-scoop ang donut batter sa tagagawa ng donut.
f) Magluto ng 3 minuto.
g) I-brush ang mga donut na may tinunaw na ghee/butter/almond oil.
h) Ihagis ang mga donut na may cinnamon/coconut sugar mixture.

82.Chocolate Cake Donuts

MGA INGREDIENTS:
- 1 ½ tasang all-purpose na harina
- ½ tasa ng unsweetened cocoa powder
- ½ kutsarita ng baking powder
- ½ kutsarita ng baking soda
- ¼ kutsarita ng asin
- ½ tasa ng butil na asukal
- ¼ tasa ng langis ng gulay
- 1 malaking itlog
- 1 kutsarita vanilla extract
- ¾ tasa ng buttermilk
- 1 tasang may pulbos na asukal
- ¼ tasa ng gatas
- ¼ tasa ng unsweetened cocoa powder

MGA TAGUBILIN:

a) Painitin muna ang oven sa 375°F. Grasa ang isang donut pan na may non-stick cooking spray at itabi.

b) Sa isang malaking mixing bowl, haluin ang harina, cocoa powder, baking powder, baking soda, asin, at asukal.

c) Sa isang hiwalay na mangkok ng paghahalo, haluin ang langis, itlog, at vanilla extract. Dahan-dahang haluin ang buttermilk hanggang sa maayos na pagsamahin.

d) Ibuhos ang mga basang sangkap sa mga tuyong sangkap at ihalo hanggang sa pagsamahin lamang.

e) Ilipat ang batter sa isang piping bag at i-pipe sa inihandang donut pan, pinupuno ang bawat lukab ng halos ⅔ puno.

f) Maghurno ng 10-12 minuto o hanggang sa malinis na lumabas ang toothpick na ipinasok sa gitna ng donut.

g) Sa isang maliit na mangkok, haluin ang powdered sugar, gatas, at cocoa powder hanggang sa mabuo ang glaze. Isawsaw ang pinalamig na donut sa glaze at hayaang matuyo sa wire rack.

83. Passionfruit Curd Donuts

MGA INGREDIENTS:
PARA SA PASSIONFRUIT CURD
- ½ tasa ng butil na asukal
- 3 malalaking pula ng itlog
- ¼ tasa ng passionfruit puree
- 2 kutsara (1 tuluy-tuloy na onsa) na sariwang kinatas na lemon juice
- ½ tasang malamig na unsalted butter, gupitin sa 1-pulgadang cube

PARA SA MGA DONUTS
- ¾ tasa (6 na fluid ounces) buong gatas
- 2 malalaking itlog
- 2 malaking pula ng itlog
- 3 ½ tasang all-purpose na harina
- 1¼ tasa ng butil na asukal, hinati
- 2 ¼ kutsarita ng instant yeast
- 1 kutsarita kosher salt
- 6 tablespoons unsalted butter, cubed
- langis ng gulay, para sa Pagprito

MGA TAGUBILIN:
PARA SA PASSIONFRUIT CURD

a) Sa isang medium heavy-bottomed pot, haluin ang ½ tasa ng granulated sugar at 3 malalaking pula ng itlog hanggang sa maayos na pagsamahin at magkaroon ka ng homogenous na maputlang dilaw na timpla. Ihalo ang ¼ cup passionfruit at 2 kutsarang sariwang lemon juice hanggang sa matunaw ang timpla at ilagay ang kaldero sa katamtamang init. Magluto, patuloy na hinahalo gamit ang isang kahoy na kutsara (at siguraduhing gumamit ng isang hindi tinatablan ng init na rubber spatula upang i-scrape ang mga gilid ng kawali), hanggang sa ang timpla ay sapat na makapal upang matakpan ang likod ng isang kutsara, 8 hanggang 10 minuto, at magrehistro ng 160 (F) sa isang instant-read thermometer.

b) Kapag ang timpla ay nagrerehistro ng 160 (F), alisin mula sa init at haluin sa ½ tasa cubed unsalted butter, dalawang cube sa isang pagkakataon, nagdaragdag lamang ng higit pa kapag ang nakaraang mga cube ay ganap na pinagsama. Kapag naidagdag na ang lahat ng mantikilya, gumamit ng fine-mesh sieve upang salain ang curd sa isang maliit na mangkok na salamin. Takpan ng plastic wrap, direktang idiin ang plastic sa ibabaw ng curd upang maiwasan ang pagbuo ng balat. Palamigin hanggang sa lumamig at itakda, hindi bababa sa 2 hanggang 3 oras (ngunit mas mabuti sa magdamag). Ang curd ay nananatili sa isang selyadong garapon na salamin sa refrigerator sa loob ng hanggang 2 linggo.

Para sa Donuts

c) Upang ihanda ang kuwarta, magdala ng ¾ tasa ng buong gatas hanggang sa kumulo sa katamtamang init sa isang maliit na kaldero. Panoorin nang mabuti upang matiyak na ang gatas ay hindi kumulo. Ibuhos ang gatas sa isang tasa ng pagsukat ng likido at hayaan itong lumamig sa pagitan ng 105 (F) at 110 (F). Kapag lumamig na ang gatas, magdagdag ng 2 malalaking itlog at 2 malalaking pula ng itlog sa gatas at malumanay na haluin upang pagsamahin.

d) Sa mangkok ng freestanding mixer na nilagyan ng paddle attachment, pagsamahin ang 3 ½ tasang all-purpose na harina, ¼ tasa ng granulated sugar, 2 ¼ kutsarita ng instant yeast, at isang kutsaritang kosher salt. Idagdag ang pinaghalong gatas at ihalo lamang hanggang sa pinagsama.

e) Lumipat sa dough hook at masahin ang kuwarta sa mababang bilis, mga 3 minuto. Ang masa ay magmumukhang malagkit, ngunit ayos lang. Magdagdag ng 6 na kutsarang unsalted butter, isang kubo o dalawa sa isang pagkakataon. Kung ang mantikilya ay hindi kasama, alisin ang mangkok mula sa panghalo at masahin ang mantikilya gamit ang iyong mga kamay sa loob ng isang minuto upang makapagsimula. Ituloy mo lang ang pagdagdag at pagmamasa hanggang sa maayos itong pinagsama.

f) Kapag ang mantikilya ay inkorporada, dagdagan ang bilis ng panghalo sa katamtaman at masahin ang kuwarta para sa isa pang ilang minuto hanggang ang masa ay makinis at nababanat. Ilipat ang kuwarta sa isang katamtamang mangkok na bahagyang pinahiran, takpan ng plastic wrap, at palamigin nang hindi bababa sa tatlong oras, ngunit mas mabuti sa magdamag.

g) Kapag lumamig na ang kuwarta, lagyan ng parchment paper ang dalawang baking sheet. I-spray nang husto ang parchment paper gamit ang cooking spray.

h) Ilagay ang malamig na masa sa isang bahagyang pinaglagyan ng harina na ibabaw ng trabaho at igulong ito sa isang magaspang na siyam sa 13-pulgada na parihaba na humigit-kumulang ½-pulgada ang kapal. Gumamit ng 3 ½-inch cookie cutter upang gupitin ang 12 dough round at itakda ang mga ito sa inihandang mga sheet. Pagwiwisik ng bahagyang pag-aalis ng alikabok ng harina sa ibabaw ng bawat bilog na kuwarta at bahagyang takpan ang mga ito ng plastic wrap. Ilagay sa isang mainit na lugar upang patunayan hanggang sa ang masa ay pumutok at bumabalik nang dahan-dahan kapag pinindot nang marahan, mga isang oras.

i) Kapag handa ka nang iprito ang mga donut, lagyan ng mga tuwalya ng papel ang wire rack. Maglagay ng 1 tasang granulated sugar sa isang medium bowl. Magdagdag ng langis ng gulay sa isang daluyan, mabigat na ilalim na palayok hanggang sa magkaroon ka ng halos dalawang pulgada ng mantika. Maglakip ng thermometer ng kendi sa gilid ng palayok at painitin ang mantika sa 375 (F). Maingat na magdagdag ng 1 hanggang 2 donut sa mantika at iprito ang mga ito hanggang sa ginintuang kayumanggi, mga 1 hanggang 2 minuto bawat panig. Gumamit ng slotted na kutsara upang isdain ang mga donut mula sa mantika at ilipat ang mga ito sa inihandang wire rack. Pagkatapos ng humigit-kumulang 1 o 2 minuto, kapag ang Donut ay sapat na upang mahawakan, ihagis ang mga ito sa mangkok ng butil na asukal hanggang sa mabalot. Ulitin sa natitirang kuwarta.

PARA PUNO

j)   Upang punuin ang mga donut, gamitin ang Bismarck pastry tip (o ang hawakan ng isang kahoy na kutsara) upang butasin ang isang gilid ng bawat isa, siguraduhing hindi dumaan sa kabilang panig.

k)   Punan ang pastry bag ng maliit na bilog na tip (o Bismarck Donut tip, kung gusto mo) ng passionfruit curd. Ipasok ang dulo ng pastry bag sa butas at dahan-dahang pisilin upang mapuno ang bawat Donut.

l)   Ihain ang anumang labis na curd sa gilid bilang isang dipping sauce (ito rin ay mahusay na gumagana sa mga waffles!). Ang mga donut ay ang pinakamahusay sa araw na sila ay ginawa.

84. Blueberry Cake Donuts

MGA INGREDIENTS:
- 1 tasang all-purpose na harina
- ½ tasa ng butil na asukal
- 1 ½ kutsarita ng baking powder
- ½ kutsarita ng asin
- ½ kutsarita ng giniling na kanela
- ¼ kutsarita ng ground nutmeg
- ⅓ tasa ng buttermilk
- ¼ tasa ng langis ng gulay
- 1 malaking itlog
- ½ kutsarita vanilla extract
- ½ tasa sariwang blueberries

MGA TAGUBILIN:

a) Painitin ang oven sa 350°F (175°C). Grasa ang isang donut pan na may non-stick cooking spray at itabi.

b) Sa isang malaking mangkok ng paghahalo, haluin ang harina, asukal, baking powder, asin, kanela, at nutmeg hanggang sa mahusay na pinagsama.

c) Sa isang hiwalay na mangkok ng paghahalo, haluin ang buttermilk, langis ng gulay, itlog, at vanilla extract hanggang sa maayos na pinagsama.

d) Ibuhos ang mga basang sangkap sa mga tuyong sangkap at ihalo hanggang sa pagsamahin lamang.

e) Dahan-dahang tiklupin ang mga blueberries hanggang sa pantay na ibinahagi sa buong batter.

f) Ilipat ang batter sa isang piping bag at i-pipe sa inihandang donut pan, pinupuno ang bawat lukab ng halos ⅔ puno.

g) Maghurno ng 12-15 minuto o hanggang sa malinis na lumabas ang isang toothpick na ipinasok sa gitna ng isang donut.

h) Alisin ang kawali mula sa oven at hayaang lumamig ang mga donut sa kawali sa loob ng 5 minuto bago ilipat ang mga ito sa wire rack upang ganap na lumamig.

i) Opsyonal: Maaari mo ring isawsaw ang mga pinalamig na donut sa isang simpleng glaze na gawa sa powdered sugar at gatas para sa karagdagang tamis.

j) Ihain at tamasahin ang iyong masarap na blueberry cake donuts!

85. Inihurnong Oreo Donuts

MGA INGREDIENTS:
- 1 tasang all-purpose na harina
- ½ tasang naka-pack na light brown sugar
- ⅓ tasa ng unsweetened cocoa powder
- ½ kutsarita ng asin
- ¾ kutsarita ng baking powder
- ½ kutsarita ng baking soda
- 1 malaking itlog
- ½ tasa ng gatas ng anumang uri
- ¼ tasa ng tinunaw na langis ng niyog o langis ng gulay
- 1½ kutsarita ng vanilla extract
- 6 Oreo cookies, dinurog sa mga mumo
- Cream Cheese Frosting

MGA TAGUBILIN:

a) Painitin ang oven sa 350°F.

b) Bahagyang mag-spray ng dalawang 6-count na donut pan na may non-stick cooking spray. Itabi.

c) Sa isang malaking mangkok, pagsamahin ang harina, brown sugar, cocoa powder, asin, baking powder, at baking soda. Itabi.

d) Sa isang medium bowl, haluin ang itlog, gatas, langis ng niyog, at vanilla extract hanggang makinis. Dahan-dahang ibuhos ang mga basang sangkap sa pinaghalong harina, haluin hanggang sa pagsamahin lamang. Ang batter ay magiging napakakapal.

e) Dahan-dahang tiklupin ang dinurog na Oreo cookies

f) Ilagay ang timpla sa isang malaking ziplock bag at gupitin ang dulo ng ibabang sulok.

g) I-pipe mixture sa inihandang mga kawali ng donut.

h) Maghurno ng 8-10 minuto, o hanggang sa medyo matigas ang mga donut.

i) Alisin mula sa oven at palamig nang lubusan bago magdagdag ng frosting.

j) Upang ihanda ang frosting, talunin ang cream cheese at butter hanggang makinis.

k) Magdagdag ng gatas, vanilla extract, at powdered sugar.

l) Talunin hanggang makinis at maabot ang iyong ninanais na pare-pareho at tamis.

m) Magdagdag ng higit pang gatas at/o powdered sugar, kung kinakailangan.

n) Kunin ang bawat donut at isawsaw ito sa kalahati sa frosting, pagkatapos ay budburan ng dinurog na Oreo cookies.

CINNAMON ROLLS

86.Pink Lemonade Cinnamon rolls

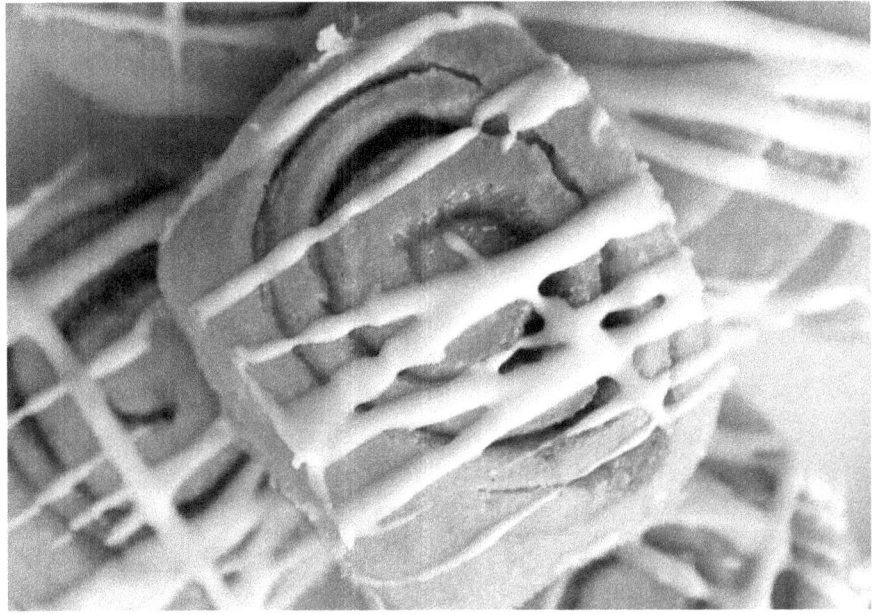

MGA INGREDIENTS:
- 375 ml na kulay rosas na limonada
- 300 ml na cream
- 4 na tasang self-rising na harina
- 50 g mantikilya natunaw
- ¼ tasa ng asukal
- 1 kutsarita ng giniling na kanela
- ½ tasa ng plain na harina upang pahiran
- ½ lemon juiced
- 2 tasang icing sugar

MGA TAGUBILIN:

a) Ilagay ang self-rising na harina sa isang malaking mangkok, ibuhos ang cream at pink na limonada, at ihalo hanggang sa pinagsama.

b) Lumiko sa isang mesa na may harina.

c) Masahin nang bahagya at pindutin o igulong sa isang malaking parihaba na humigit-kumulang 1 cm ang kapal.

d) Brush na may tinunaw na mantikilya, at budburan ng asukal at kanela.

e) Gumulong mula sa gilid papunta sa gitna upang makagawa ng dalawang log. Gupitin ang gitna upang makagawa ng dalawang log.

f) Gupitin sa 1 cm na bilog.

g) Maghurno sa 220C sa loob ng 10 minuto.

h) Paghaluin ang icing sugar na may lemon juice. Ambon sa ibabaw ng mga scroll.

87. Chocolate Oreo Cinnamon Rolls

MGA INGREDIENTS:
CINNAMON ROLL DOUGH
- ¼ tasa ng maligamgam na tubig
- 2 kutsarang brown sugar
- 2¼ kutsarita ng instant yeast
- 2 ¾ tasang all-purpose na harina
- 2 kutsarang butil na asukal
- ½ kutsarita ng asin
- 3 kutsarang unsalted butter, natunaw
- ½ tasa ng gatas na pinili
- 1 malaking itlog

OREO CINNAMON ROLL CHOCOLATE FILLING
- ¼ tasa ng pulbos ng kakaw
- ⅔ tasa ng gatas na pinili
- 1 ½ tasa ng dark chocolate chips
- 3 kutsarang unsalted butter
- 24 Oreo, dinurog
- 1 kurot ng asin sa dagat
- Cream Cheese Glaze

MGA TAGUBILIN:
DOUGH

a) Sa isang maliit na mangkok ng paghahalo, haluin ang mainit na tubig, brown sugar, at lebadura.

b) Takpan ng malinis na tuwalya sa kusina at itabi para ma-activate. Malalaman mo na ang iyong lebadura ay aktibo kapag lumitaw ang mga maliliit na bula sa ibabaw ng pinaghalong.

c) Sa isang hiwalay na malaking mixing bowl, paghaluin ang harina, asukal, asin, mantikilya, gatas, at itlog.

d) Kapag na-activate na ang iyong yeast, idagdag ito sa malaking mangkok ng paghahalo kasama ang iba pang mga sangkap at haluin hanggang sa ito ay magsama-sama.

e) Takpan ng harina ang malinis at patag na ibabaw, at gumamit ng mga kamay na natatakpan ng harina upang masahin ang iyong kuwarta sa loob ng 3 minuto. Ang iyong kuwarta ay magiging malagkit, patuloy na magdagdag ng harina sa iyong mga kamay at sa ibabaw kung kinakailangan.

f) Ibalik ang iyong kuwarta sa mangkok at takpan ito ng malinis na tuwalya sa kusina upang tumaas nang halos sampung minuto.

PAGPUPUNO

g) Sa isang malaking mangkok na ligtas sa microwave, magdagdag ng gatas, cocoa powder, dark chocolate chips, at mantikilya. Microwave sa mataas na temperatura sa loob ng 1.5-2 minuto, hanggang sa matunaw ang mga chocolate chips. Haluin hanggang makinis. Magdagdag ng isang pakurot ng asin.

h) Durugin ang iyong mga Oreo sa isang food processor hanggang sa maging pinong alikabok.

i) Kapag nadoble ang laki ng iyong kuwarta, magdagdag ng higit pang harina sa iyong ibabaw at gumamit ng floured rolling pin upang igulong ang kuwarta sa isang hugis-parihaba, humigit-kumulang 9 x 12 pulgada.

j) Ibuhos ang iyong Oreo chocolate filling sa iyong kuwarta at gumamit ng spatula upang ikalat ito nang pantay-pantay sa ibabaw, na nag-iiwan ng humigit-kumulang ½ pulgadang margin sa lahat ng panig. Budburan ang durog na Oreo sa ibabaw sa isang makapal na layer.

k) Gumamit mula sa mas maikling bahagi, gumamit ng dalawang kamay upang simulan nang mahigpit na igulong ang iyong kuwarta mula sa iyo hanggang sa maiwan ka ng isang silindro, mga 12 pulgada ang haba.

l) Hatiin ang iyong silindro sa 6 pantay na bahagi, mga 2 pulgada ang lapad upang makalikha ng 6 na indibidwal na cinnamon roll.

m) Idagdag ang iyong mga cinnamon roll sa isang 11.5-inch square baking dish, na nag-iiwan ng halos isang pulgada sa pagitan ng bawat roll.

n) Takpan ng malinis na tuwalya sa kusina at hayaang magpahinga ang mga rolyo nang mga 90 minuto o hanggang dumoble ang laki nito.

o) Painitin muna ang iyong oven sa 375°F at maghurno ng 25-30 minuto hanggang sa maging golden brown ang tuktok ng iyong mga rolyo.

p) Hayaang lumamig ang iyong Oreo Cinnamon Rolls nang humigit-kumulang 10 minuto bago idagdag ang iyong icing. Enjoy!

88. Red Velvet Cinnamon Rolls

MGA INGREDIENTS:
PARA SA CINNAMON ROLLS
- 4½ kutsarita ng tuyong lebadura
- 2-½ tasa ng maligamgam na tubig
- 15.25 ounces Box of Red Velvet cake mix
- 1 kutsarita vanilla extract
- 1 kutsarita ng asin
- 5 tasang all-purpose na harina

PARA SA CINNAMON SUGAR MIXTURE
- 2 tasang naka-pack na brown sugar
- 4 na kutsarang giniling na kanela
- ⅔ tasang mantikilya ang lumambot

PARA SA CREAM CHEESE ICING
- 16 ounces bawat isa ng cream cheese, pinalambot
- ½ tasa ng mantikilya na pinalambot
- 2 tasang powdered sugar
- 1 kutsarita vanilla extract

MGA TAGUBILIN:

a) Sa isang malaking mangkok ng paghahalo, pagsamahin ang lebadura at tubig hanggang sa matunaw.

b) Idagdag ang cake mix, vanilla, asin, at harina. Haluing mabuti - ang kuwarta ay magiging bahagyang malagkit.

c) Takpan nang mahigpit ang mangkok gamit ang plastic wrap. Hayaang tumaas ang kuwarta sa loob ng isang oras. Punch down ang kuwarta at hayaan itong tumaas muli para sa isa pang 45 minuto.

d) Sa ibabaw ng bahagyang floured, igulong ang kuwarta sa isang malaking parihaba na humigit-kumulang ¼-pulgada ang kapal. Ikalat ang mantikilya sa buong kuwarta nang pantay-pantay.

e) Sa isang medium bowl, pagsamahin ang brown sugar at cinnamon. Iwiwisik ang pinaghalong brown sugar sa mantikilya.

f) Roll up tulad ng isang jellyroll, simula sa mahabang gilid. Hatiin sa 24 pantay na piraso.

g) Grasa ang dalawang 9x13-inch na baking pan. Ayusin ang mga hiwa ng cinnamon roll sa mga kawali. Takpan at hayaang tumaas sa isang mainit na lugar hanggang sa doble ang laki.

h) Painitin ang oven sa 350°F.

i) Maghurno ng 15-20 minuto o hanggang maluto.

j) Habang ang mga cinnamon roll ay nagluluto, ihanda ang cream cheese icing sa pamamagitan ng pag-cream ng cream cheese at mantikilya sa isang medium mixing bowl hanggang sa mag-atas. Ihalo sa vanilla. Dahan-dahang idagdag ang powdered sugar.

89. Patatas na cinnamon roll

MGA INGREDIENTS:
- 1 libra ng Patatas, pinakuluan at minasa
- 2 tasang Gatas
- 1 tasang mantikilya
- 1 tasa Plus 2 kutsarita ng asukal
- ¾ kutsaritang buto ng Cardamon
- 1 kutsarita ng Asin
- 2 pakete ng Dry yeast
- ½ tasa ng maligamgam na tubig
- 8½ tasa ng harina, hindi tinatag
- 2 itlog
- 2 kutsarita ng Vanilla

CINNAMON FILLING
- ¾ tasa ng Asukal
- ¾ tasa brown sugar
- 2 kutsarita ng kanela

NUT GLAZE
- 3 tasang Powdered sugar
- ½ tasang tinadtad na mani
- ¼ kutsarita ng kanela
- 2 kutsarita Mantikilya
- 4 hanggang 5 kutsarita ng tubig

MGA TAGUBILIN:

a) Paghaluin ang patatas at gatas hanggang makinis. Magdagdag ng ½ tasang mantikilya, 1 tasang asukal, at asin. Init hanggang maligamgam.

b) Sa isang malaking mangkok pagsamahin ang lebadura, tubig, at ang natitirang 2 kutsarita ng asukal. Hayaang tumayo hanggang mabula.

c) Magdagdag ng patatas na halo, 4 na tasa ng harina, itlog, at banilya.

d) Talunin hanggang makinis. Dahan-dahang pukawin ang karagdagang 3½ hanggang 4 na tasa ng harina. Ilagay ang kuwarta sa isang makapal na harina na tabla at masahin hanggang makinis at elastic sa loob ng 15 minuto.

e) Magdagdag ng higit pang harina kung kinakailangan. Hayaang tumaas ng 1 ½ oras.

f) Push down, lumuhod upang alisin ang mga bula. hatiin. Matunaw ang natitirang mantikilya. Pagulungin ang bawat bahagi ng kuwarta sa isang 5x18 na parihaba. Brush na may 3 kutsarita ng mantikilya at budburan ang kalahati ng cinnamon filling.

g) I-rolyo. Gupitin sa 12 piraso, 1 ½" ang lapad. Ilagay sa isang 9x13" na kawali, lagyan ng mantikilya, at hayaang tumaas ng 35-40 minuto. Maghurno sa 350 degrees sa loob ng 30 minuto.

90. Whipped cream pecan cinnamon rolls

MGA INGREDIENTS:
- 1 tasang Whipping cream
- 1½ tasang All-purpose na harina
- 4 na kutsarita ng baking powder
- ¾ kutsarita ng Asin
- 2 kutsarang Mantikilya o margarin, natunaw
- Cinnamon at asukal
- ½ tasa Light brown sugar
- ½ tasang Pecans, tinadtad
- 2 kutsarang Whipping cream, o evaporated milk

MGA TAGUBILIN:

a) Sa isang medium mixing bowl, hagupitin ang cream hanggang sa mabuo ang soft peak. Dahan-dahang ihalo ang harina, baking powder, at asin hanggang sa mabuo ang masa. Sa isang board na may bahagyang floured, masahin ng 10 hanggang 12 beses. Igulong sa isang 1/4" makapal na parihaba.

b) Ikalat ang tinunaw na mantikilya sa buong ibabaw. Budburan ng kanela at asukal, ang halaga ng iyong kagustuhan. Roll up tulad ng isang jelly roll: Simula sa mahabang dulo. Gupitin sa ¾-inch na mga segment. Ilagay sa isang greased baking sheet at maghurno sa 425F sa loob ng 10-15 minuto, o hanggang sa medyo medyo kayumanggi.

c) Sa isang maliit na mangkok, paghaluin ang brown sugar, pecans, at 2 Tablespoons whipping cream hanggang sa mahusay na pinaghalo. Alisin ang mga rolyo mula sa oven. Ikalat ang topping sa bawat roll. Ibalik sa oven at maghurno hanggang sa magsimulang bumula ang topping ng humigit-kumulang 5 minuto.

91. Apple sauce cinnamon rolls

MGA INGREDIENTS:
- 1 itlog
- 4 na tasang all-purpose na harina
- 1 pakete aktibong dry yeast
- ¾ tasa ng mansanas
- ½ tasa ng skim milk
- 2 kutsarang butil na asukal
- 2 kutsarang mantikilya
- ½ kutsarita ng asin

PAGPUPUNO:
- ¼ tasa ng mansanas
- ⅓ tasa ng butil na asukal
- 2 kutsarita ng giniling na kanela
- 1 tasa ng asukal sa mga confectioner
- ½ kutsarita vanilla extract
- 1 kutsarang skim milk

MGA TAGUBILIN:

a) Painitin muna ang hurno sa 375 degrees F. I-spray ang dalawang 8-o 9-pulgadang bilog na pan na may cooking spray.

b) Sa isang malaking mixing bowl, pagsamahin ang 1½ c. all-purpose na harina at ang lebadura. Sa isang maliit na kasirola pagsamahin ang ¾ c. Mott's Natural Apple Sauce, skim milk, 2 kutsarang asukal, mantikilya, at asin. Init sa katamtamang apoy at haluin hanggang mainit sa 120 degrees F.

c) Ilabas ang kuwarta sa isang bahagyang nilagyan ng harina. Masahin sa sapat na natitirang harina, hanggang ¼ c., upang makagawa ng katamtamang malambot na masa na makinis at nababanat.

d) Hugis bola ang kuwarta. Ilagay ang kuwarta sa isang mangkok na bahagyang na-spray ng cooking spray

e) Push ang kuwarta pababa, at i-out ito sa isang bahagyang floured ibabaw. Takpan at hayaang magpahinga ng 10 minuto. Sa isang bahagyang floured surface, igulong ang kuwarta sa isang 12-inch square. Ikalat ¼ c. Natural na Apple Sauce ni Mott. Pagsamahin ang ⅓ c. asukal at kanela; iwisik ang kuwarta.

f) Ayusin ang 6 na roll, gupitin sa gilid pababa, sa bawat kawali. Takpan at hayaang tumaas sa isang mainit na lugar hanggang halos dumoble, mga 30 minuto.

g) Maghurno ng 20 hanggang 25 minuto o hanggang sa ginintuang. Palamig ng 5 min. Baliktarin sa isang serving plate. Ibuhos ang pinaghalong asukal, banilya, at skim milk ng mga confectioner. Ihain nang mainit.

92.Orange cinnamon roll

MGA INGREDIENTS:
- 1 libra Frozen bread dough; lasaw
- 3 kutsarang harina
- 2 kutsarang Asukal
- 1 kutsarita ng kanela
- ½ tasang may pulbos na asukal
- ½ kutsarita Grated orange peel
- 3 kutsarita ng orange juice
- Pag-spray ng langis ng gulay

MGA TAGUBILIN:
a) Painitin ang hurno sa 375°. Igulong ang natunaw na tinapay na masa sa ibabaw ng bahagyang na-arina sa isang 12x8" na parihaba.
b) Generously spray ang kuwarta na may vegetable oil spray. Paghaluin ang asukal sa kanela at iwiwisik nang pantay-pantay sa masa. Pagulungin ang kuwarta, simula sa mahabang dulo.
c) I-seal ang tahi at hatiin ang kuwarta sa 12 piraso, 1" bawat isa.
d) Bahagyang i-spray ang isang 9" na bilog na baking pan na may cooking spray. Ilagay ang mga piraso ng kuwarta sa kawali, panatilihing pababa ang gilid ng tahi patungo sa ilalim ng kawali.
e) Pagwilig sa itaas ng ilang spray sa pagluluto; takpan at hayaang tumaas sa isang mainit na lugar hanggang sa halos doble ang laki, mga 30 minuto.
f) Maghurno ng mga roll sa loob ng 20-25 minuto hanggang sa bahagyang browned. Palamig ng kaunti at alisin sa kawali.
g) Habang lumalamig ang mga roll, ihanda ang glaze sa pamamagitan ng paghahalo ng powdered sugar, orange peel, at juice.
h) Ibuhos ang roll at ihain nang mainit.

EMPANADAS

93. BBQ Chicken Empanada

MGA INGREDIENTS:
- 2 tasang Bisquick mix
- ½ tasang tubig
- 1 tasang nilutong manok, ginutay-gutay
- ½ tasang barbecue sauce
- ¼ tasang hiniwang sibuyas
- ¼ tasa diced bell peppers
- ¼ tasa ng ginutay-gutay na mozzarella cheese
- Asin at paminta para lumasa

MGA TAGUBILIN:

a) Painitin muna ang oven sa 400°F (200°C) at lagyan ng parchment paper ang isang baking sheet.

b) Sa isang mixing bowl, pagsamahin ang Bisquick mix at tubig para maging empanada dough.

c) Igulong ang kuwarta sa ibabaw ng harina at gupitin ang mga bilog gamit ang isang bilog na cookie cutter o isang basong inumin.

d) Sa isang hiwalay na mangkok, paghaluin ang ginutay-gutay na manok, barbecue sauce, diced na sibuyas, diced bell peppers, shredded mozzarella cheese, asin, at paminta.

e) Maglagay ng isang kutsarang pinaghalong manok sa bawat bilog ng kuwarta.

f) Tiklupin ang kuwarta sa ibabaw ng pagpuno upang lumikha ng hugis kalahating buwan, pagkatapos ay pindutin nang magkasama ang mga gilid upang mai-seal.

g) Ilagay ang mga empanada sa inihandang baking sheet.

h) Maghurno ng 12-15 minuto o hanggang sa maging golden brown ang mga empanada.

i) Hayaang lumamig nang bahagya ang BBQ chicken empanada bago ihain.

94. Turkey Empanadas

MGA INGREDIENTS:
- 1 tasa Lutong pabo, nakakubo
- 1⅓ tasang Cheddar cheese, gadgad
- 4 ounces de-latang berdeng sili, pinatuyo
- 1 tasang Buong harina ng trigo
- ¼ tasang Pagkaing mais
- 2 Kutsarita ng Asin
- ⅓ Tasa ng Mantikilya
- ¼ Tasa Malamig na tubig
- 1 Kutsarita ng Gatas
- 4 Kutsaritang Pagkaing mais (para sa topping)

MGA TAGUBILIN:
a) Painitin ang hurno sa 400 F.
b) Paghaluin ang pabo, keso, at sili; itabi.
c) Sa isang hiwalay na mangkok, paghaluin ang harina, cornmeal at asin. Gupitin ang mantikilya hanggang ang mga particle ay kasing laki ng maliliit na gisantes.
d) Budburan ng tubig at haluin gamit ang pastry blender o tinidor hanggang sa mabuo ang pastry at maging bola. Magdagdag ng kaunting tubig, kung kinakailangan. Hatiin ang kuwarta sa dalawang pantay na bahagi.
e) Ilagay ang isang bahagi sa isang floured board at igulong ito sa isang 11" square. Ilagay sa isang lightly oiled cookie sheet. Ikalat ang kalahati ng turkey mixture sa kalahati ng pastry square, hanggang sa loob ng 1–½ pulgada ng gilid. Tiklupin ang isa pa kalahati ng pastry sa ibabaw nito, at i-crimp ang mga gilid upang ma-seal.
f) Ulitin ang pamamaraang ito sa iba pang bahagi ng kuwarta at ang natitira sa pinaghalong pabo. I-brush ang mga turnover na may gatas.
g) Budburan ang natitirang corn meal sa ibabaw. Maghurno sa 400 F sa loob ng 25 minuto o hanggang sa ginintuang kayumanggi.
h) Hayaang lumamig nang bahagya; hiwain sa wedges para ihain.

95. Pork Sausage Empanada

MGA INGREDIENTS:
PARA SA CRUST:
- 2 tasang all-purpose na harina
- ¼ kutsarita ng asin
- ⅔ tasa ng mantikilya
- 4 hanggang 6 na kutsarang malamig na tubig

PARA SA PAGPUPUNO:
- ½ libra na giniling na sausage ng baboy
- 1 tasang chunky picante sauce
- ¼ tasa tinadtad na hinog na olibo
- ¼ tasang pasas (opsyonal)
- 1 matigas na itlog, binalatan at tinadtad
- ½ kutsarita ng bawang pulbos
- 1 itlog, bahagyang pinalo
- Karagdagang picante sauce para sa paghahatid

MGA TAGUBILIN:
PARA SA CRUST:

a) Sa isang malaking mangkok, pagsamahin ang harina at asin.

b) Hiwain ang mantikilya hanggang sa maging madurog ang timpla. Gumamit ng tinidor upang ihalo sa sapat na malamig na tubig upang bumuo ng bola ng kuwarta.

c) Hatiin ang kuwarta sa kalahati at balutin ang bawat kalahati sa plastic wrap. Itabi ang mga ito.

PARA SA PAGPUPUNO:

d) Sa isang 10-pulgada na kawali, lutuin ang giniling na sausage sa katamtamang init, paminsan-minsang pagpapakilos, hanggang sa ito ay gumuho at maging kayumanggi (mga 6 hanggang 8 minuto). Alisan ng tubig ang labis na taba.

e) Magdagdag ng 1 tasa ng picante sauce sa nilutong sausage. Ipagpatuloy ang pagluluto, pagpapakilos paminsan-minsan, hanggang sa bahagyang lumapot ang sarsa (mga 5 hanggang 6 na minuto).

f) Haluin ang tinadtad na olibo, pasas (kung ginagamit), matigas na itlog, at pulbos ng bawang. Ipagpatuloy ang pagluluto at paghahalo paminsan-minsan hanggang sa maihalo ang timpla (mga 1 hanggang 2 minuto). Itabi ang pagpuno.

ASSEMBLY:

g) Sa ibabaw na may bahagyang floured, hubugin ang bawat kalahati ng kuwarta sa isang 15-pulgadang log. I-roll ang bawat log sa isang 20x5-inch na parihaba.

h) Gupitin ang bawat parihaba sa 8 (5x2.5-pulgada) na mga parihaba.

i) Sa isang gilid ng bawat parihaba, ilagay ang tungkol sa 1 kutsara ng pinaghalong pagpuno.

j) Pahiran ng tubig ang mga gilid ng kuwarta.

k) Tiklupin ang kabaligtaran na bahagi ng kuwarta sa ibabaw ng pinaghalong pagpuno at kurutin ang mga gilid nang magkasama. Gumamit ng tinidor upang pindutin at i-seal ang mga gilid.

l) I-brush ang mga tuktok ng empanada gamit ang pinalo na itlog.

m) Gupitin ang isang "X" sa tuktok ng bawat empanada.

n) Ilagay ang mga empanada sa ungreased cookie sheet.

o) Maghurno para sa 14 hanggang 20 minuto o hanggang sa sila ay bahagyang kayumanggi.

p) Ihain ang mga empanada na may karagdagang picante sauce para sa paglubog.

q) Tangkilikin ang iyong masarap na Sausage Empanadas!

96.Tuna Empanada

MGA INGREDIENTS:
PARA SA DOUGH:
- 300 gramo ng harina
- 1 kutsarita ng Asin (5 g)
- 1 pakete ng pinatuyong lebadura (10 g)
- 25 gramo ng Mantika o ghee, natunaw
- 2 Itlog, bahagyang pinalo
- 80 mililitro Gatas, pinainit

PARA SA PAGPUPUNO:
- 2 kutsarang langis ng oliba
- 300 milliliters Tomato puree o 300 g kamatis, quartered
- 2 pulang paminta, tinanggalan ng binhi at gupitin
- 1 clove Bawang, durog
- 1 lata ng Tuna sa mantika, pinatuyo at tinapis (400 g)
- Asin at sariwang giniling na itim na paminta sa panlasa

MGA TAGUBILIN:
PAGHAHANDA NG DOUGH:
a) Salain ang harina at asin nang magkasama sa isang mangkok, pagkatapos ay ihalo ang pinatuyong lebadura.
b) Gumawa ng balon sa gitna ng mga tuyong sangkap at idagdag ang tinunaw na mantika o ghee at pinalo na itlog. Haluing mabuti.
c) Idagdag ang pinainit na gatas nang paunti-unti upang mabigkis ang timpla sa isang malambot na kuwarta.
d) Knead ang kuwarta sa isang bahagyang floured surface para sa dalawa hanggang tatlong minuto hanggang sa ito ay makinis.
e) Ibalik ang kuwarta sa mangkok, takpan ito, at hayaang tumaas ng isang oras.

PAGHAHANDA NG PAGPUPUNO:
f) Init ang langis ng oliba sa isang kawali at igisa ang mga quartered na kamatis, mga piraso ng pulang paminta, at durog na bawang sa loob ng mga 10 minuto.
g) Haluin ang pinatuyo at tinadtad na tuna, at timplahan ng asin at sariwang giniling na itim na paminta. Itabi ang pagpuno ng tuna upang lumamig.

PAGTITIPON AT PAGBABAKE:

h) Knead ang tumaas na kuwarta sa isang bahagyang floured surface para sa isa pang tatlong minuto, pagkatapos ay ibalik ito sa isang mantika na mangkok at iwanan ito upang tumaas para sa karagdagang 30 minuto.

i) Painitin muna ang iyong oven sa 180°C (350°F) o Gas Mark 4.

j) I-roll out ang kalahati ng kuwarta sa isang bahagyang nilagyan ng harina at gamitin ito upang ihanay ang isang hugis-parihaba na baking dish.

k) Kutsara nang pantay-pantay sa inihandang tuna filling.

l) Pahiran ng tubig ang mga gilid ng kuwarta.

m) Pagulungin ang natitirang kuwarta at ilagay ito sa ibabaw ng pagpuno. I-secure ang mga gilid at gupitin ang anumang labis na kuwarta.

n) Gumawa ng maliliit na singaw sa itaas na crust at lagyan ng harina.

o) Maghurno sa preheated oven sa loob ng 30 hanggang 45 minuto o hanggang sa maputlang ginintuang kulay ang empanada.

p) Alisin sa oven, hayaang lumamig nang bahagya, pagkatapos ay hiwain at ihain.

97. Galician Codfish Empanada

MGA INGREDIENTS:
DOUGH
- 250 g plain flour (o 175 g plain flour at 75 g corn flour)
- 75 ML mainit na tubig
- 50 ML ng langis ng oliba
- 25 ML puting alak
- 20 g sariwang lebadura
- ½ kutsarita ng asin
- 1 itlog (para sa paghugas ng itlog)

PAGPUPUNO
- 225 g Codfish, inalisan ng asin
- 1 malaking sibuyas, tinadtad
- 1 malaking pulang kampanilya paminta, tinadtad
- 2 sibuyas ng bawang, tinadtad
- 2 kutsarang tomato sauce
- 1 tasa ng pasas
- 1 kutsarita ng paprika powder
- 2 kutsarang langis ng oliba
- 1 kutsarita ng asin

MGA TAGUBILIN:
DOUGH
a) Ilagay ang harina sa isang malaking mangkok.

b) I-dissolve ang lebadura sa maligamgam na tubig. Idagdag ito sa mangkok. Idagdag ang langis ng oliba, puting alak, at asin sa mangkok.

c) I-dissolve ang lebadura sa maligamgam na tubig at idagdag ang lahat ng sangkap sa mangkok. Haluin sa mababang bilis ng 5 minuto hanggang sa maging makinis ang masa.

d) Simulan ang paghahalo gamit ang isang kutsara at pagkatapos ay gamit ang iyong mga kamay. Ilagay ang kuwarta sa malinis na kitchen countertop at masahin hanggang sa maging makinis ang kuwarta. Ito ay tumatagal ng 8-10 minuto. Hugis ito ng bola.

e) Magwiwisik ng ilang harina sa ibabaw ng mangkok at ilagay ang bola sa loob. Takpan ng tela at hayaang magpahinga ng 30 minuto.

PAGPUPUNO

f) Init ang 2 kutsarang langis ng oliba sa isang malaking kawali sa mababang init. Haluin ang tinadtad na sibuyas, kampanilya, at bawang. Magdagdag ng asin at lutuin sa katamtamang apoy hanggang malambot at maging ginintuang. Mga 15 minuto.

g) Gupitin ang bakalaw sa maliliit na piraso. Idagdag ang bakalaw sa kawali. Magdagdag ng tomato sauce, pasas, at paprika powder. Haluin at lutuin ng 5 hanggang 8 minuto. Ang pagpuno ay kailangang medyo makatas. Itabi.

h) Hugis ang kuwarta at i-bake (tingnan ang video sa ibaba)

i) Hatiin ang kuwarta sa dalawang pantay na piraso, ang isa ay magiging base at ang isa ay ang takip.

j) Painitin ang hurno sa 200ºC. Itaas at ibabang init. Ilagay ang baking paper sa isang baking sheet.

k) Iunat ang isa sa mga piraso gamit ang isang rolling pin hanggang sa makakuha ka ng manipis na sheet, humigit-kumulang 2-3 mm ang kapal.

l) Ilagay ang kuwarta sa baking sheet.

m) Ikalat ang pagpuno sa kuwarta, ngunit mag-iwan ng ilang espasyo sa paligid ng gilid upang isara ang empanada.

n) Iunat ang isa pang piraso ng kuwarta. Kailangang kasing laki ng unang sheet. Ilagay ito sa ibabaw ng pagpuno. I-seal ang mga gilid.

o) Brush ang ibabaw na may pinalo na itlog at maghurno ng 30 minuto hanggang sa ginintuang. 200ºC.

p) Alisin sa oven at hayaang lumamig bago ito kainin.

98.Empanada ng hipon

MGA INGREDIENTS:
PARA SA DOUGH:
- 3 tasang all-purpose na harina
- 1 kutsarita Coarse salt
- ½ kutsarita ng giniling na turmerik
- ¼ kutsarita puting paminta
- 10 kutsarang unsalted butter, pinalamig at tinadtad
- 6 na kutsarang Mantika, pinalamig
- 1 Itlog
- 1 pula ng itlog
- ½ tasa ng Lite beer o tubig

PARA SA PAGPUPUNO:
- 2 kutsarang unsalted butter
- 1 Malaking sibuyas, binalatan at tinadtad
- 3 siwang bawang
- 3 kamatis, tinadtad
- ½ kutsarita Ground cardamom
- ⅛ kutsarita Ground cloves
- ¼ kutsarita puting paminta
- 1 kutsarita Coarse salt
- 1½ tasa Mga puso ng palad, pinatuyo at tinadtad
- 3 kutsarang Parsley
- 1 libra Hipon, binalatan at hiniwa

PARA SA SEALER AT GLAZE:
- 1 puti ng itlog
- 2 kutsarang malamig na tubig, gatas, o cream

MGA TAGUBILIN:
PAGHAHANDA NG DOUGH:
a) Salain ang all-purpose na harina sa isang mangkok.
b) Idagdag ang pinalamig at tinadtad na unsalted na mantikilya at ihalo hanggang ang timpla ay maging katulad ng isang magaspang na pagkain.
c) Idagdag ang itlog, pula ng itlog, at ¼ tasa ng malamig na tubig. Ipagpatuloy ang paghahalo at pagdaragdag ng tubig hanggang sa mabuo ang isang matibay na masa.
d) Masahin ang kuwarta hanggang sa maging makinis, pagkatapos ay balutin ito at palamigin ng 15-30 minuto.

PAGHAHANDA NG PAGPUPUNO:
e) Sa isang maliit na kawali, init ang unsalted butter.
f) Idagdag ang tinadtad na sibuyas at bawang, at lutuin sa katamtamang init hanggang sa maging translucent ang sibuyas, na tumatagal ng mga 5 minuto.
g) Idagdag ang tinadtad na kamatis, ground cardamom, ground cloves, puting paminta, at asin. Magluto ng halos 8 minuto.
h) Idagdag ang tinadtad na puso ng palad at lutuin ng 5 minuto pa, o hanggang ang likido ay sumingaw.
i) Itabi ang pagpuno at hayaang lumamig, o palamigin ito nang magdamag, na natatakpan ng mabuti.

PAGGAWA NG SEALER AT GLAZE:
j) Paghaluin ang pula ng itlog at malamig na tubig upang lumikha ng sealer at glaze. Itabi ito.

PAGTITIPON AT PAGBABAKE:
k) Painitin muna ang iyong hurno sa 400 degrees Fahrenheit (200 degrees Celsius).
l) Sa isang floured board, igulong ang kuwarta sa kapal na ⅛ pulgada at gupitin ito sa 4 na pulgadang parisukat.
m) Masahin ang mga scrap ng kuwarta at i-reroll ang mga ito, ulitin ang proseso upang makagawa ng mga parisukat hanggang magamit ang lahat ng kuwarta.
n) Maglagay ng isang kutsara ng palaman sa gitna ng bawat parisukat, pagkatapos ay maglagay ng hipon sa ibabaw.

o) Basain ang mga gilid ng kuwarta gamit ang sealer at bumuo ng isang tatsulok sa pamamagitan ng pagtiklop ng kuwarta sa ibabaw ng pagpuno.

p) Pindutin ang mga gilid kasama ng isang tinidor upang mai-seal.

q) Ilagay ang mga empanada sa isang baking sheet na nilagyan ng parchment paper.

r) I-brush ang mga empanada gamit ang natitirang glaze.

s) Maghurno sa preheated oven sa loob ng 25 minuto o hanggang maging golden brown ang mga ito.

t) Ilipat ang mga empanada sa isang rack upang bahagyang lumamig, pagkatapos ay ihain ang mga ito nang mainit.

u) Tangkilikin ang iyong masarap na Empanadas de Camarão na puno ng masarap na hipon at puso ng palad!

99.Empanada ng ubas at baka

MGA INGREDIENTS:
- 1 libra ng lean ground beef
- ½ tasa ng tinadtad na sibuyas
- 2 kutsara ng sili na pulbos
- 2 kutsarita ng ground cumin
- 1 kutsarita ng pulbos ng bawang
- ½ kutsarita ng ground cinnamon
- ½ kutsarita bawat isa ng asin at paminta
- 1 tasa ng hiniwang Ontario Jupiter™ Grapes
- 3 sheet ng premade puff pastry
- 1 itlog
- 2 kutsarang tubig
- 1 tasa ng Ubas
- ½ tasa ng pinong tinadtad na sibuyas
- ¼ kutsarita ng giniling na luya
- ½ kutsarita ng pulbos ng bawang
- ¼ kutsarita ng asin

MGA TAGUBILIN:

a) Painitin muna ang iyong oven sa 425°F (220°C) at lagyan ng parchment paper ang dalawang baking sheet; isantabi sila. Sa isang malaking kawali sa katamtamang init, lutuin ang giniling na karne ng baka, sibuyas, sili, kumin, pulbos ng bawang, kanela, asin, at paminta sa loob ng mga 8 minuto o hanggang sa maluto nang husto ang karne ng baka.

b) Alisan ng tubig ang anumang labis na taba. Haluin ang mga ubas at itabi ang pinaghalong.

PARA SA MGA EMPANADA:

c) Gumamit ng bowl o cookie cutter para gupitin ang labindalawang 5-pulgadang bilog mula sa pre-rolled puff pastry. Ilagay ang mga bilog sa mga baking tray na may linyang parchment. Sandok ng 3 kutsara (45 mL) ng palaman sa gitna ng bawat bilog.

d) Sa isang maliit na mangkok, haluin ang itlog at tubig. I-brush ang mga gilid ng bawat bilog gamit ang egg wash at tiklupin ang pastry sa kalahati, kasama ang pagpuno sa loob. Pindutin ang mga gilid pababa gamit ang isang tinidor.

e) Ayusin ang mga empanada sa mga may linyang baking tray. I-brush ang egg wash sa ibabaw ng bawat empanada.

f) Maghurno ng 20 minuto o hanggang maging ginintuang ang mga tuktok.

PARA SA CHUTNEY:

g) Sa isang medium-sized na kasirola sa katamtamang init, ihalo ang mga ubas, sibuyas, luya, pulbos ng bawang, at asin. Pindutin ang mga ubas sa gilid ng kawali upang palabasin ang kanilang katas at pakuluan ang pinaghalong.

h) Magluto ng 8 minuto, pagpapakilos nang madalas, hanggang sa kaunting likido ang natitira. Payagan itong ganap na lumamig.

i) Ihain ang chutney kasama ng mga bagong lutong empanada. Enjoy!

100. Hazelnut at Banana Empanadas

MGA INGREDIENTS:
- 1 malaking hinog na saging, binalatan at ginupit
- 1 tasang Nutella
- 2 pinalamig na 9-inch pie shell
- 2 kutsarang tubig
- 2 kutsarang butil na asukal
- cinnamon ice cream

MGA TAGUBILIN:
a) Sa isang mangkok, ilagay ang Nutella at saging at haluin hanggang sa maayos.
b) Ilagay ang kuwarta sa ibabaw ng bahagyang harina at gupitin sa 2 pantay na laki.
c) Ngayon, igulong ang bawat piraso sa isang 14x8-inch na parihaba na may ¼-inch na kapal.
d) Gamit ang isang 3-inch cookie cutter, gupitin ang 8 bilog mula sa bawat rektanggulo ng kuwarta.
e) Maglagay ng humigit-kumulang 1 kutsarita ng pinaghalong Nutella sa bawat bilog ng kuwarta.
f) Gamit ang basang mga daliri, basain ang mga gilid ng bawat bilog.
g) Tiklupin ang kuwarta sa ibabaw ng pagpuno at pindutin ang mga gilid upang mai-seal.
h) Sa ilalim ng isang baking sheet na nilagyan ng foil, ayusin ang mga empanada.
i) Pahiran ang bawat empanada ng tubig at alikabok ng asukal.
j) Ilagay sa freezer ng mga 20 minuto.
k) Itakda ang iyong oven sa 400 degrees F.
l) Magluto sa oven ng mga 20 minuto.
m) Tangkilikin ang mainit-init sa tabi ng cinnamon ice cream.

KONGKLUSYON

Habang ninanamnam namin ang mga huling kagat ng "Pinakamahusay na meryenda sa isang coffee house" umaasa kaming ang culinary journey na ito ay nagdagdag ng kasiyahan sa iyong mga ritwal sa kape. Mula sa unang paghigop hanggang sa huling mumo, ang 100 masarap na kagat na ito ay isang patunay sa sining ng pagpapares ng mga lasa at paglikha ng magkatugmang sayaw sa pagitan ng kape at pagkain.

Naranasan mo man ang mga kagat na ito sa piling ng mga kaibigan, sa isang tahimik na sandali ng pag-iisa, o bilang highlight ng isang brunch gathering, nagtitiwala kami na ang bawat recipe ay nagdulot ng bagong layer ng kasiyahan sa iyong karanasan sa coffeehouse. Ang maingat na na-curate na koleksyon, mula sa matamis hanggang sa malasang, ay idinisenyo upang matugunan ang bawat panlasa at okasyon, na ginagawang sandali ang iyong mga coffee break na inaasahan.

Habang patuloy mong ginalugad ang mundo ng kape at mga kagat, nawa'y bigyan ka ng inspirasyon ng mga recipe na ito na lumikha ng sarili mong kasiya-siyang mga pares, na nagbibigay-daan sa iyong mga sandali ng kape ng pagkamalikhain at kagalakan sa pagluluto. Narito ang hindi mabilang na higit pang mga tasa ng kape, pinagsasaluhang tawanan, at ang kasiyahang magpakasawa sa "Pinakamahusay na meryenda sa isang coffee house" na karanasan. Cheers sa pagtataas ng iyong paglalakbay sa kape na may napakasarap na kagat!

www.ingramcontent.com/pod-product-compliance
Lightning Source LLC
Chambersburg PA
CBHW071308110526
44591CB00010B/822